समाजस्वास्थ्य

अजित दळवी यांची प्रकाशित नाटके

शतखंड (१९८५)
डॉक्टर तुम्हीसुद्धा (१९९१)
गांधी विरुद्ध गांधी (१९९४)

समाजस्वास्थ्य

अजित दळवी

पॉप्युलर प्रकाशन, मुंबई

समाजस्वास्थ्य
(म - १२९६)
पॉप्युलर प्रकाशन
ISBN 978-81-7991-928-6

SAMAJSWASTHYA
(Marathi : Play)
Ajit Dalvi

पहिली आवृत्ती : २०१८/१९४०

मुखपृष्ठ : चंद्रमोहन कुलकर्णी

प्रकाशक
हर्ष भटकळ
पॉप्युलर प्रकाशन प्रा. लि.
३०१, महालक्ष्मी चेंबर्स
२२, भुलाभाई देसाई रोड
मुंबई ४०० ०२६

अक्षरजुळणी
प्रियांका आर्ट्स
४, अब्दुल सत्तार चाळ
फितवाला रोड
मुंबई ४०० ०१३

हे नाटक जास्तीत जास्त लोकांपर्यंत नेणाऱ्या
परिवर्तनाच्या चळवळीतील कार्यकर्त्यांना
अर्पण!

एक समृद्ध करणारा अनुभव

अजित दळवी

‘समाजस्वास्थ्य’ नाटकाचं लेखन आणि ‘नाटकघर’ या संस्थेने केलेला त्याचा प्रयोग हा माझ्यासाठी एक समृद्ध करणारा अनुभव होता. नाटक लिहिण्याच्या निमित्ताने र.धों.चं पुन्हा वाचन करणं, समकालीन वास्तवाचंच मला त्यात प्रतिबिंब पडल्यासारखं दिसणं, अतुल पेठेने नव्या कलावंतांना घेऊन ते लोकांपर्यंत घेऊन जाणं आणि मान्यवरांनी विषयाचं महत्त्व ओळखून अतिशय सकारात्मक प्रतिक्रिया देणं याने मला लेखक म्हणून खूप समाधान दिलं.

र.धों.कर्वे यांच्या जीवनाचा आणि कार्याचा परिचय होताच. त्यांच्या जीवनावरच्या अमोल पालेकर दिग्दर्शित ‘ध्यासपर्व’साठी चित्रा पालेकरांबरोबर पटकथा लेखनातही सहभागी होतो. त्यामुळे रघुनाथ कर्व्यांवरचं तोपर्यंत उपलब्ध असलेलं साहित्य पाहिलेलं होतं. पण पालेकरांचा चित्रपट अतिशय सुंदर झाला असला तरी प्रत्येक कलाकृतीला एक मध्यवर्ती सूत्र लागतंच – तसा तो प्रामुख्याने संततीनियमनाच्या कार्याभोवती फिरणारा होता. त्यामुळे रघुनाथ कर्वे यांच्या व्यक्तिमत्वाच्या अनेक पैलूंना स्पर्श करणं राहून गेल्याची हुरहूर मनात होती. त्यांचा बुद्धिप्रामाण्यवाद, कोणतीही गोष्ट तिच्या तार्किक परिणतीपर्यंत नेण्याची त्यांची ताकद, लैंगिकता, स्त्रीपुरुष संबंध यांच्या संदर्भात काळाच्या पुढे पाहणारी त्यांची दृष्टी, आपण विचाराने अल्पसंख्यांक आहोत हे दिसत असतानाही लोकशाहीवर अढळ असणारी त्यांची श्रद्धा हे कधीतरी मांडलं गेलं पाहिजे असं वाटत होतं. जयंत पवारसारखे काही मित्रही या विषयावर लिहावं असं सुचवत होते.

मध्यंतरीच्या काळात र.धों.चं सगळं साहित्य प्रकाशात आलं. अनंत देशमुखांनी प्रचंड परिश्रम घेऊन र.धों.चं लिखाण संकलित, संपादित केलं होतं आणि अरुण जाखडेंनी ते प्रकाशित केलं होतं. त्यामुळे रघुनाथराव कसा विचार करीत होते ते समजायला मदत झाली आणि आजूबाजूच्या बुरसटलेल्या, प्रतिगामी वातावरणाशी एक विवेकवादी माणूस कशी झुंज देतो त्याचं दर्शन घडवणारं नाटक मी लिहून काढलं. अतुल पेठेनेही ते बसवायचं मान्य केलं. पण तरी त्यात अजून काहीतरी हवंय हे जाणवत होतं. आम्हाला लेखक/दिग्दर्शक म्हणून र.धों.च्या निमित्ताने 'काळाचा एक तुकडा' मांडण्यात रस नव्हता. हळूहळू मला अश्लीलतेच्या आरोपांविरुद्धच्या रघुनाथरावांच्या लढाईत आजच्या लेखकांचा आक्रोश, पेरुमल मुरूगनचं 'माझ्यातला लेखक मरण पावलाय' असं व्याकूळ होऊन म्हणणंही दिसायला लागलं आणि आम्ही नाटक कोर्टकेसेसवरच केंद्रित करायचे ठरवले. एकप्रकारे परिस्थितीनेच नाटकाला आकार दिला असं म्हटलं पाहिजे. म्हणून हे नाटक र.धों.च्या जीवन आणि कार्याचा परिचय करून देण्यासाठी आहे असं म्हणण्यापेक्षा ते विवेकवादी माणसाचा आपल्याकडे जो छळ होतो (persecution) आणि त्यामागे जे राजकारण असतं त्याबद्दलचे आहे असं म्हणणे योग्य ठरेल. आता ते राजकारण अत्यंत हिंसक होतंय. पण आगरकरांच्या जिवंतपणी त्यांची प्रेतयात्रा निघाली तेव्हापासून ते दिसतं आहेच. नाटक जसं इथल्या सनातन्यांनी केलेल्या कोर्टकेसेस संबंधीचं, छळासंबंधीचं नाटक आहे तसंच ते रघुनाथरावांनी त्या परिस्थितीला कसं धैर्याने तोंड दिले त्यासंबंधीचेही नाटक आहे. रघुनाथरावांच्या सगळ्या लिखाणात त्यांना आपल्या भूमिकेविषयी शंका होती किंवा प्राप्त परिस्थितीत आपल्या स्पष्टवक्तेपणाला मुरड घालावी असं त्यांना कधी वाटलं होतं असं दिसत नाही. त्यांनी आपले विचार शास्त्रीय कसोटीवर पारखून घेतलेले होते. ते त्या विचारांवर ठाम होते आणि ते समाजाच्या गळी त्वरित उतरवले पाहिजेत असा त्यांचा आग्रह होता.

नाटकात कर्वे आणि डॉ. आंबेडकरांच्या संबंधांचे चित्रण करताना, त्यांचे संवाद लिहिताना मला विशेष आनंद झाला. बाबासाहेबांबद्दल लिहिताना-बोलताना त्यांच्या विवेकवादावर, व्यक्तिस्वातंत्र्यवादी भूमिकेवर जितकं बोलले गेलं पाहिजे तितका भर दिला जात नाही. दलितांच्या समस्यांचा डोंगर

समोर उभा असताना त्यांना कर्व्यांविरुद्धच्या खटल्याचं महत्त्व वाटणं त्यांनी तो लढवणं, पुढे काँग्रेस संततीनियमनासंबंधी कणखर भूमिका घेत नसतांना त्यांनी आपल्या सहकाऱ्याकरवी संततीनियमनाचं बिनसरकारी विधेयक आणणं यांसारखे निर्णय त्यांची विवेकवादी भूमिकाच अधोरेखित करतात.

अतुल पेठेनेही नाटक चोख बसवलं. आमचा रंगकर्मी म्हणून जुना परिचय असला तरी दिग्दर्शक या नात्याने मी त्याला प्रथमच जवळून बघत होतो. त्याच्या तालमी दीर्घकाळ चालतात. आजच्या काळात चार-साडेचार महिने नटांचा नाटकातला रस टिकवून ठेवणं आणि त्यांना आपल्या क्षमतांचा नाटकासाठी पूर्ण वापर करायला लावणं अत्यंत कठीण झालं आहे. पण अतुलची बांधिलकी आणि झपाटा त्यांना आपल्याबरोबर ओढून नेतो. नटांनी चांगला अभिनय करण्याबरोबर नाटकाच्या आशय विषयाशी परिचित असलं पाहिजे हा त्याचा आग्रह असतो. रघुनाथरावांचे लैंगिकता, स्त्रीपुरुष संबंधाबद्दलचे विचार नटापर्यंत पोहोचावेत म्हणून त्याने शिबिरंच घेतलं होतं. एकीकडे नटांना तयार करत, तालमीत काही भाग जोडत, काही कमी करीत तो हळूहळू नाटकाच्या गाभ्यापर्यंत पोचतो. नाटकाच्या शेवटी आरोपीचा पिंजरा रंगमंचाच्या मध्यभागी आणून त्याने नाटकाला वैश्विकता प्राप्त करून दिली. त्यामुळे नाटक फक्त र.धों. कर्वेंचं न राहता अशा छळाचा सामना करणाऱ्या कुणाचंही झालं. नाटकाच्या निर्मिती मूल्यांचीही अतुलने विशेष काळजी घेतली. प्रदीप मुळ्ये, प्रदीप वैद्य, माधुरी पुरंदरे, नरेंद्र भिडे, आशिष कुलकर्णी या सर्वांचे आभार.

पहिल्या पंचवीस प्रयोगात रघुनाथरावांची भूमिका साकारणाऱ्या गिरीश कुलकर्णींमुळे नाटकाला वेगळी मिती प्राप्त होत होती. रघुनाथराव मुळात अत्यंत अबोल, माणसांत फारसे न मिसळणारे होते. पण वेळ येताच ते ठामपणे, ठाशीवपणे आपली भूमिका मांडू शकत. आवाजाची पट्टी खाली ठेवून आणि विरामांचा योग्य वापर करून गिरीशने रघुनाथरावांच्या व्यक्तिमत्वाचा हा विशेष व्यवस्थित पोहोचवला. नंतरच्या प्रयोगात अतुल पेठेनेही अनेक बारकाव्यांनिशी रघुनाथराव उभे केले. त्याचा भर र.धों.चे विचार आणि नाटकाचा आशय खणखणीतपणे लोकांपर्यंत नेण्याचा आहे.

'समाजस्वास्थ्य'ने भरपूर चर्चा घडवून आणली. सुरुवातीला जयंत

पवार, रवींद्र पाथरे यांनी लिहून नाटकाकडे लक्ष वेधलं. नंतर नाटक पाहायला आलेल्या सर्वच क्षेत्रातल्या मान्यवरांनी, कार्यकर्त्यांनी अतुलला पत्र लिहून किंवा समाजमाध्यमावरून प्रतिक्रिया दिल्या. अतुलकडे एक स्वतंत्र पुस्तिका तयार करता येईल इतक्या प्रतिक्रिया संग्रहित झालेल्या आहेत. राजा शिरगुप्पे, संजय आर्वीकरांसारखे मित्र आजही लिहीत आहेत. भालचंद्र नेमाडे, यशवंत मनोहर, किरण नगरकर, अच्युत गोडबोले, विद्या बाळ यांच्या सकारात्मक अभिप्रायांमुळे बरं वाटलं. प्रसिद्ध विचारवंत कुमार केतकर, त्यांच्या पत्नी शारदा साठे 'देहधून'पासून माझ्या लेखनाशी परिचित आहेत. कुमारांना विनंती केल्यावर त्यांनी दीर्घ लेख लिहून दिला. मी त्यांचा ऋणी आहे.

या नाटकाच्या पहिल्या प्रयोगाला रामदास भटकळ येऊ शकले नव्हते, त्यांची प्रतिक्रिया जाणून घ्यायला उत्सुक होतो. त्यांचा नाटक आवडल्याचा फोन आल्यावर बरं वाटलं. अस्मिता मोहितेंसह सगळा पॉप्युलर परिवार सोबत आहेच. माझ्या नाटकाचे सर्व खर्डे जिला ऐकावे लागतात ती पत्नी अनुया, मित्र डॉ. भालचंद्र कानगो, डॉ. आनंद निकाळजे, सगळा 'परिवर्तन' परिवार, महाराष्ट्र फाउंडेशन आणि साधना परिवार, सर्व तंत्रज्ञ आणि कलावंताचे आभार.

दि. १५ फेब्रुवारी २०१८
औरंगाबाद

'समाजस्वास्थ्य' या नाटकाचा पहिला प्रयोग दि. २८ फेब्रुवारी २०१७ रोजी सायंकाळी ७ वा. यशवंतराव चव्हाण नाट्यगृह, कोथरूड, पुणे येथे विनोद दोशी नाट्यमहोत्सवात झाला.

निर्मिती – नाटकघर, पुणे
लेखक – अजित दळवी
दिग्दर्शक – अतुल पेठे

नेपथ्य – प्रदीप मुळ्ये
संगीत – नरेंद्र भिडे
प्रकाशयोजना – प्रदीप वैद्य
वेशभूषा – माधुरी पुरंदरे
रंगभूषा – आशिष देशपांडे
ध्वनीआरेखन – अमर देवगांवकर
प्रकाशसंयोजन – राहुल लामखडे
रंगमंच कलाकार – गणेश माळवदकर, बंटी कंकाळ, प्रवीण राऊळ, प्रदीप जाधव, प्रशांत कांबळे
छायाचित्रे आणि जाहिरात – कुमार गोखले
जाहिरात सहाय्य – जयंत भीमसेन जोशी
आनंदचिन्हे – संदीप देशपांडे
माहितीपुस्तक – पद्मगंधा प्रकाशन
विशेष आभार – डॉ. अनंत देशमुख, डॉ. सदानंद मोरे, अरुण जाखडे, स्नेहाली महाजन, सुधीर देसाई, प्रमोद निगुडकर, राजू इनामदार, वैभव आबनावे, शेखर लोहोकरे

कलाकार -

प्रा.र.धों.कर्वे - गिरीश कुलकर्णी

मालतीबाई कर्वे - राजश्री सावंत - वाड

इंद्रवदन मेहता - आशिष वझे

डॉ. बाबासाहेब आंबेडकर - अजित साबळे

मामा वरेरकर - अभय जबडे

आहिताग्नि राजवाडे - रणजित मोहिते

शेटेवकील - कृतार्थ शेवगांवकर

मानकर वकील - करण कांबळे

गांधीवादी - धनंजय सरदेशपांडे

इन्स्पेक्टर आचरेकर/गांधीवादी - संतोष माळी

मॅकेन्झी - नीरज पांचाळ

सातपुते - अनुप सातपुते

पट्टेवाला - प्रशांत कांबळे

सहाय्यक - राजस कोठावळे

निमकर/ब्राह्मण - अतुल पेठे

तरुण - ओंकर शिंदे

निर्मला - रेखा ठाकूर

(यातील काही प्रयोगानंतर र.धों.कर्वे यांची भूमिका अतुल पेठे यांनी तर मालतीबाई कर्वेंची भूमिका रेखा ठाकूर आणि उज्ज्वला ढमढेरे यांनी साकारली. तसेच अनिकेत दलाल, प्रशांत केळकर, प्रदीप डिसले या कलाकारांनीही विविध भूमिका साकारल्या.)

अंक पहिला

[रघुनाथराव धोंडो कर्वे/मालतीबाई यांचे मुंबईतील घर. साल १९३१. रघुनाथराव टाइप करत आहेत. मालतीबाई कामानिमित्त आत-बाहेर करत आहेत. जाता-येता त्या रघुनाथराव टाइप करत असलेल्या लेखावरही नजर टाकतात. सायरनचा आवाज. खाली वाहन थांबल्याचा, लोकांच्या बोलण्याचा आवाज. रघुनाथ-मालतीवर परिणाम नाही. इन्स्पेक्टर आचरेकर आणि कॉन्स्टेबल वर येतात. रघुनाथराव बघतात.]

इन्स्पेक्टर : आपणच 'समाजस्वास्थ्य' मासिकाचे कर्वे?

रघुनाथराव : हो.

इन्स्पेक्टर : रघुनाथ धोंडो कर्वे?

रघुनाथराव : हो.

इन्स्पेक्टर : म्हणजे ते स्त्रियांना शिक्षण देणारे महर्षी कर्वे यांचे पुत्र?

रघुनाथराव : हो.

इन्स्पेक्टर : आणि तुम्ही असं मासिक छापता?

मालतीबाई : का? काय झालं?

इन्स्पेक्टर : यांच्यावर अश्लीलतेचा आरोप आहे. मी यांना अटक करायला आलोय.

मालतीबाई : अटक?

रघुनाथराव	:	कशाबद्दल?
इन्स्पेक्टर	:	सप्टेंबर १९३१ च्या अंकातील लेखाबद्दल. [कागद बघतो.] 'व्यभिचाराचा प्रश्न'
रघुनाथराव	:	बरं.
इन्स्पेक्टर	:	ते अंक जप्त करायचेत. कुठंयत ते?
रघुनाथराव	:	ते तिथे.
इन्स्पेक्टर	:	(कॉन्स्टेबलला) सप्टेंबरचे अंक काढ.
रघुनाथराव	:	थांबा, मी देतो. [रघुनाथराव अत्यंत व्यवस्थित आहेत. एक गठ्ठा काढून उरलेले व्यवस्थित ठेवतात.] सगळे अंक?
इन्स्पेक्टर	:	हो, सगळे. शिवाय छापखान्याचं प्रूफ आणि मूळ लेख असल्यास तोही. [रघुनाथराव सगळे व्यवस्थित बघतात. काढतात.] घे ताब्यात. [कॉन्स्टेबल घेतो. मोजतो.] इंडियन पिनल कोडच्या २९२ कलमानुसार अश्लील लिखाण केल्याच्या आणि ते प्रसिद्ध केल्याच्या आरोपावरून तुम्हाला अटक करण्यात येत आहे. [दारात बघे.] या रे, सही, अंगठे लावा. आज १९ डिसेंबर १९३१ रोजी तुम्ही आलात. तुमच्यासमोर या – (कॉन्स्टेबला) किती प्रती रे?
कॉन्स्टेबल	:	बारा प्रती!
इन्स्पेक्टर	:	मूळ लेख आणि प्रुफं जप्त केली. सह्या करा. [करतात.] चला, निघा आता. (रघुनाथरावांकडे वळून.) पाच मिनिटं. फक्त पाच मिनिटं देतो तुम्हाला खाली

		यायला. आपल्याला लॅमिंग्टन रोड ठाण्यावर हजर राहायचंय!
		[जातो. शांतता.]
मालतीबाई	:	आता?
रघुनाथराव	:	आता काय? कधीतरी हे होणारंच होतं. सनातनी मंडळी माझ्यावर चिडलेलीच आहेत. लोकांची नाराजी नको म्हणून सरकारही सनातन्यांचंच ऐकणार.
		[काही क्षण शांतता. रघुनाथराव विचार करतात.]
		या कर्मठांच्या हाती पुढे कधी सत्ता आलीच तर प्रत्येकावर मठ्ठपणाचा काही थर असला पाहिजे असा कायदाच करून घेतील. असो.
		[बोलता बोलता वस्तू गोळा करतात. पैशाचं पाकीट घेतात. एक स्त्री येते.]
स्त्री	:	ते मूल होनं बंद करन्याचं केंद्र हेच हाय ना?
मालतीबाई	:	हो. संततिनियमन केंद्र. हेच आहे.
स्त्री	:	ते कर्वे एमे?
मालतीबाई	:	हेच कर्वे – एमए! मी त्यांची बायको मालती!
स्त्री	:	खाली पोलीस का आलेत?
मालतीबाई	:	वेगळ्या कारणासाठी. नियमन केंद्राचं काम सुरूच आहे.
स्त्री	:	मी येसू. मला साधनं पायजेत.
मालतीबाई	:	एक मिनिट!
		[ती कोट देते. रघुनाथराव घालतात. त्यांना]
		सांभाळून. कुणाला तरी सोबत न्या.
		[तिच्या डोळ्यांत पाणी.]
		[रघुनाथराव क्षणभर बघतात. मग]
रघुनाथराव	:	येतो.
		[जातात. मालती उसासा सोडते आणि येसूला घेऊन आत जाते.]
		[अंधार]

[न्यायालय. अंधारात 'आर. डी. कर्वे हाजीर हो'ची हाळी. प्रकाश येतो. रघुनाथराव आरोपीच्या पिंजऱ्यात उभे.]

न्यायाधीश : नाव?

रघुनाथराव : रघुनाथ धोंडो कर्वे.

न्यायाधीश : वय?

रघुनाथराव : एकोणपन्नास

न्यायाधीश : धंदा?

रघुनाथराव : नोकरी आणि 'समाजस्वास्थ्य' या शारीरिक-मानसिक आरोग्यविषयक मासिकाचे संपादन.

न्यायाधीश : राहणार?

रघुनाथराव : १३, न्यू भटवाडी, गिरगांव, मुंबई-४.

न्यायाधीश : 'समाजस्वास्थ्य' मासिकाच्या सप्टेंबर १९३१च्या अंकात 'व्यभिचाराचा प्रश्न' हा लेख लिहून प्रसिद्ध केल्याबद्दल तुमच्यावर इंडियन पीनल कोडच्या २९२ कलमानुसार अश्लीलतेचा गुन्हा दाखल करण्यात आला आहे. तुम्हाला हा आरोप कबूल आहे?

रघुनाथराव : नाही मिलॉर्ड.

न्यायाधीश : आरोपी नाकबूल.

[टाइपरायटरची खडखड ऐकू येते.]

तुम्हाला काही निवेदन द्यायचंय?

रघुनाथराव : होय.

[कागद काढतात.]

मी मुंबई विद्यापीठाचा एम.ए. असून पॅरिस विद्यापीठाचाही गणिताचा पदवीधर आहे. १९०८ ते १९११ या काळात मी सरकारी महाविद्यालयात गणिताचा अध्यापक होतो. तेथील अत्यंत अपुऱ्या पगारामुळे मी नोकरी सोडली.

[शांतता.]

न्यायाधीश : मग पुढे? चरितार्थाचं साधन?

रघुनाथराव : काही काळ पायपीट करून शिकवण्या केल्या आणि

‘संततिनियमन’ आणि ‘गुप्तरोगांपासून बचाव’ ही दोन पुस्तकं लिहिली. याच सुमारास विल्सन कॉलेजमध्ये जागा निघाली. संस्थेला मी अट घातली की कॉलेजात शिकवून उरलेल्या वेळात मला हवं ते काम करता यावं! (थांबून) मी रुजू झालो आणि गरजूंना संततिनियमनाची साधनं पुरवण्यासाठी केंद्रही सुरू केलं. दोन-तीन वर्षं बरी गेली; पण नंतर कुणीतरी कॉलेजच्या मिशनरी संचालकांचे कान फुंकले! आणि मग एक दिवस प्रिन्सिपल मॅक्लेन यांनी केबिनमध्ये बोलावलं.

[रंगमंचाचा दुसरा भाग उजळतो.]

[मॅक्लेन यांचे कार्यालय.]

रघुनाथराव : हा प्रसंग सुमारे सहा वर्षांपूर्वीचा!

[मॅक्लेन येरझाऱ्या घालतात. रघुनाथराव येतात.]

रघुनाथराव : प्रिन्सिपल सर, आपण बोलवलंत?

मॅक्लेन : हो, बसा.

[रघुनाथराव बसतात. मॅक्लेन विचारात.]

रघुनाथराव : काही झालंय का सर? शिकवण्याबद्दल काही तक्रार?

मॅक्लेन : शिकवण्याबद्दल नाही.

[रघुनाथराव वाट बघतात.]

तुम्ही कॉलेजबाहेरही बरंच काही करता!

रघुनाथराव : मी कल्पना दिली होती. जॉइन होतानाच अट घातली होती की तास झाल्यावर मला माझं काम करण्याची मुभा असावी.

मॅक्लेन : हे काम? संततिनियमन आणि गुप्तरोगासंबंधीचं कार्य?

रघुनाथराव : काम कोणतं हे मला कुणी विचारलंही नव्हतं, नाहीतर मी कल्पना दिली असती.

मॅक्लेन : आम्हाला वाटलं अंधअपंगांसाठी किंवा निराधारांसाठी काही कार्य असेल!

रघुनाथराव : पण सर, इथे जॉइन होण्यापूर्वी या विषयांवरची माझी इंग्रजी पुस्तकं प्रसिद्ध झाली होती आणि मुंबईच्या

स्टोअर्समध्ये ती सर्वत्र उपलब्ध आहेत. तेव्हा माझ्या आवडीचं क्षेत्र कोणतं ते संस्थेच्या पदाधिकाऱ्यांना माहीत असलं पाहिजे!

मॅक्लेन : आवश्यक नाही. प्रा. कर्वे, जॉइन होताना या विशिष्ट कार्यासाठी तुम्ही परवानगी घेतली होतीत का?

रघुनाथराव : नाही.

मॅक्लेन : झालं तर मग! हे कॉलेज मिशनरी संस्थेने चालवलेलं आहे आणि कोणतीही संस्था आपल्या मूलभूत तत्त्वाशी विसंगत कार्याला मंजुरी देऊ शकत नाही!

रघुनाथराव : हे मानवतावादीच कार्य आहे सर!

मॅक्लेन : प्रत्येक मानवतावादी कार्य मिशनरी असेलच असं नाही!

[रघुनाथराव बोलत नाहीत.]

तुमचा एवढा अभ्यास आहे तर तुम्हाला कल्पना असेलच की संततिनियमनाबद्दल ख्रिश्चन मत काय आहे ते!

रघुनाथराव : माहीत आहे.

मॅक्लेन : प्रो. कर्वे, प्रत्येक नवा जीव जन्माला घालताना दांपत्य परमेश्वराशी सहयोग करीत असते. जीवन वृद्धिंगत करण्याची त्याची इच्छा पूर्ण करीत असते.

रघुनाथराव : पण इथल्या माणसामाणसांत प्रेम निर्माण करणं, ते वाढवणं ईश्वराचंच काम आहे नं?

मॅक्लेन : नक्कीच आहे.

रघुनाथराव : मग लोकसंख्या वाढली तर ते कसं होणार? अन्नासाठी, वस्तूंसाठी दंगली होतील इथे!

मॅक्लेन : कुटुंबाला मर्यादा घालण्याचे नैसर्गिक उपाय आहेत नं!

रघुनाथराव : कोणते? ऱ्हिदम मेथड?

मॅक्लेन : हो.

रघुनाथराव : म्हणजे मासिक पाळीदरम्यानचा मूल होण्यासाठीचा योग्य काळ टाळायचा आणि इतर वेळी संबंध ठेवायचा?

मॅक्लेन : होय.

रघुनाथराव : मग त्याने जीवन वाढवण्याची परमेश्वरी इच्छा डावलली जात नाही का?

[मॅक्लेन बघतात.]

सर, तुम्ही आज माझ्याशी या परिभाषेत का बोलताय कुणास ठाऊक! सर्व धर्म कालबाह्य झालेत हे तुम्हाला जाणवत नाही का?

मॅक्लेन : प्रो. कर्वे –

रघुनाथराव : श्रद्धा ठेवायला कदाचित कुणाला त्यांचा उपयोग करता येईल पण त्यातलं ज्ञान कसं स्वीकारता येईल?

मॅक्लेन : ख्रिश्चन धर्मसूत्रांनुसार नियमन किंवा गर्भपात हे पापच आहे. गुप्तरोग घाणेरडीच गोष्ट आहे.

रघुनाथराव : मग मिशन हॉस्पिटलमध्ये त्यांच्यावर उपचार कसा होतो? जीझसही पाप्यांना क्षमा मिळवून देण्यासाठीच आला होता नं?

मॅक्लेन : ते काहीही असो. तुम्ही या विषयावर लिहिणं आणि तुमचं केंद्र चालवणं सोडलं पाहिजे!

रघुनाथराव : आणि ते सोडलं नाही तर काय?

मॅक्लेन : असे प्रश्न न विचारलेत तर बरं. तुम्ही केंद्र बंद करा. संस्थेला अडचणीत आणू नका. तुम्ही यापूर्वी काय केलंय ते संस्था विसरून जाईल!

रघुनाथराव : आणि मला माझं काम सोडता आलं नाही तर काय? मी राजीनामा द्यायचा?

मॅक्लेन : होय.

रघुनाथराव : म्हणजे ज्या कामासाठी तुम्ही मला नेमलंय – गणित शिकवण्यासाठी – ते मी प्रामाणिकपणे आणि निष्ठेने करीत असेन तरी माझ्या त्या कामाआड न येणाऱ्या विचारकार्यामुळे मी नोकरी सोडायची!

मॅक्लेन : नाइलाजास्तव होय. त्यांचा तसाच निरोप आहे.

रघुनाथराव : त्यांचा म्हणजे कुणाचा? संस्थाचालकांचा की –

[वर बोट दाखवतात.]

[शांतता]

[रघुनाथराव कागद काढून लिहू लागतात.]

मॅक्लेन : काय लिहिताय तुम्ही? नियम पाळण्याचं आश्वासनच देताय नं?

[रघुनाथराव बोलत नाहीत. लिहितात.]

राजीनामा तर लिहीत नाही नं तुम्ही? घाई करू नका. तुम्हाला विचार करायला वेळ मिळू शकतो.

रघुनाथराव : आणि माझा विचार बदलणार नसेल तर?

मॅक्लेन : प्रो. कर्वे –

रघुनाथराव : प्रिन्सिपल मॅक्लेन, शिकताना मी होस्टेलवर राहत होतो तेव्हापासून मी पाहिलंय, दोन प्रकारचे विद्यार्थी होते. काही लैंगिक सुख मिळवण्याच्या कल्पनेने वेडे झालेले होते, तर काही त्यापासून दूर पळून जाण्यासाठी ब्रह्मचर्याचे प्रयोग करीत होते. मला दोघांचीही दया येत असे. समागम पाप आहे ही कल्पना धर्माने त्यांच्या मनावर बिंबवली होती. म्हणून कुणी लपूनछपून किंवा चुकीच्या मार्गाने समागम करीत होते, तर कुणी स्वत:ला त्याची हवाही लागू नये म्हणून कडक व्रतं करीत होते. खरंतर आपली सगळीच इंद्रियं सारखीच महत्त्वाची आहेत आणि आरोग्यासाठी सर्वांचीच चांगली निगा राखणं आवश्यक आहे. पण काही इंद्रियं गुप्त, त्यांच्याबद्दल बोलणं निषिद्ध, त्या क्रियेचा उल्लेखही करायचा नाही. असं का? मला वाटलं मी बोललं पाहिजे. अज्ञान दूर केलं पाहिजे लोकांचं!

मॅक्लेन : पण हे शिकवावं लागतं? कुत्रीमांजरीसुद्धा –

रघुनाथराव : आपण त्यांच्यासारखं करणं अपेक्षित आहे का?

[मॅक्लेन बघतात.]

मी तुम्हाला हे सांगण्याचा प्रयत्न करतोय की लोकांचं लैंगिक अज्ञान दूर करणं हे माझं जीवितकार्य आहे

आणि जी काही तुटपुंजी साधनं असतील ती घेऊन मी ते करण्याचा संकल्प केलाय. त्यामुळे पुनर्विचार करण्याचा प्रश्नच नाही.

[हातातला कागद देत.]

गणित शिकवायला तुम्हाला अनेकजण मिळतील, पण या विषयावर काम करायला समाजाला कुणी मिळणार नाही.

मॅक्लेन : प्रो. कर्वे, अंगीकृत कार्याबद्दलच्या तुमच्या निष्ठेबद्दल मला आदर वाटतो. नोकरीसाठी लोक किती तडजोडी करतात ते मी जवळून पाहिलंय.

[रघुनाथराव उठतात.]

मी मॅनेजमेंटकडे शिफारस करीन की तुम्हाला सहा महिन्यांचा पगार द्यावा.

[रघुनाथराव खांदे उडवतात आणि जातात.]

[काळोख. प्रकाश. पुन्हा न्यायालय.]

न्यायाधीश : अशा प्रकारे तुम्ही विल्सन महाविद्यालयातून राजीनामा देऊन बाहेर पडलात.

रघुनाथराव : होय.

न्यायाधीश : त्यानंतर?

रघुनाथराव : नोकरीसाठी वणवण. त्यासाठी आफ्रिकेतही जाऊन आलो. मग एका कंपनीत नोकरी आणि 'समाजस्वास्थ्य' मासिकाचे संपादन.

न्यायाधीश : निवेदन संपलं?

रघुनाथराव : हो.

न्यायाधीश : तुम्हाला वकील घ्यायचाय?

रघुनाथराव : हो.

न्यायाधीश : ठीक आहे. खटला १५ जानेवारीपर्यंत तहकूब.

[अंधार. प्रकाश येतो तेव्हा न्यायालयाचा बाहेरचा भाग.]

[रघुनाथराव आणि शेटे वकील येतात. येता येता-]

रघुनाथराव : फाइल पाहिलीत? दिलेले अंक वाचलेत?

शेटे : हो, सगळे वाचले.

रघुनाथराव : काय मत झालं तुमचं?

शेटे : वाचण्यापूर्वी माझ्या मनात तुमच्या विरोधकांबद्दल राग होता. वाचल्यावर त्यांची दया यायला लागली.

रघुनाथराव : दया?

शेटे : नाहीतर काय! काल रात्री मी तुमची विधानं आठवून आठवून हसत होतो.

'धर्म ही आत्म्याची लाँड्री आहे', 'ज्या कारणासाठी स्त्री वेश्या बनते त्याच कारणासाठी पुरुष साधू बनतो', 'दोन फलज्योतिषी चेहऱ्यावर हसू आणल्याशिवाय एकमेकांकडे पाहूच शकत नाहीत!'

[रघुनाथराव स्मित करतात.]

शेटे : आणि वादग्रस्त लेखातलं हे विधान –

'प्रेम नसताना पतिव्रता राहणारी स्त्री म्हणजे केवळ कर्तव्य म्हणून समागम सोसणारी स्त्री आम्हास श्रेष्ठ वाटत नाही. इतकेच नव्हे तर ती वेश्येपेक्षाही श्रेष्ठ नव्हे. कारण वेश्या जे पोटासाठी करते ते अशी पतिव्रता पोटासाठी आणि पातिव्रत्याच्या शिक्क्यासाठी करते. परंतु दोघींची जात एकच!'

कसं सहन करायचं विरोधकांनी?

रघुनाथराव : खोटं आहे का ते?

शेटे : नाही नं आणि ती गोष्टच जास्त भयंकर आहे.

रघुनाथराव : या केसमध्ये एका मुद्द्यावर वारंवार चर्चा होत राहणार. मी लेखात 'मुक्त समागम हवा' असं म्हटलंय पण मुक्त समागम म्हणजे 'अनिर्बंध समागम' नाही. एकमेकांवर उत्कटपणे प्रेम करणाऱ्या किंवा परस्परांचा सहवास हवाहवासा वाटणाऱ्या स्त्री–पुरुषांना एकत्र येण्यासाठी विवाहबंधनाची आवश्यकता नाही एवढाच त्याचा अर्थ आहे.

शेटे	:	हो पण ते संस्कृतिरक्षक कसे मान्य करतील?
रघुनाथराव	:	कोण हो हे संस्कृतिरक्षक? त्यांना संस्कृती म्हणजे काय हे तरी समजतं का? लैंगिक व्यवहार कुठल्याही संस्कृतीचा अविभाज्य भाग नाही का? त्याला वगळून संस्कृती असू शकेल?
शेटे	:	शक्यच नाही. बरं पुण्याहून कोण येण्याची शक्यता आहे.
रघुनाथराव	:	आहिताग्नि राजवाडे येतीलच. स्वत: खर्च करून येतील.
शेटे	:	त्यांचं तुमच्यावर प्रेमच आहे.
रघुनाथराव	:	त्यांची सारखी टीका चालली होती. मी संततिनियमनाच्या टोप्या विलायतेवरून आणतो. तर मी लिहिलं, 'राजवाडे जर या टोप्या तयार करून देत असतील तर त्या वापरू. संततिनियमनाच्या देशी टोप्या! कंडोम्स!' [शेटे हसतात.] शिवाय ब्रह्मवृंद सभा आहे. यजु:शाखीय ब्राह्मण सभा आहे. बाय द वे, न्यायाधीश कसे आहेत?
शेटे	:	इंद्रवदन मेहता? कुटुंबवत्सल भला माणूस. आपल्या बाबतीत काय करतात ते बघायचं!
रघुनाथराव	:	आणि विचार कधी अश्लील असत नाहीत नं, शब्दच अश्लील असतात आणि या लेखातील एकही शब्द अश्लील म्हणण्यासारखा नाही. ['बादशहा विरुद्ध आर. डी. कर्वे' केसचा पुकारा होतो. रघुनाथराव आणि शेटे आत जातात.] [अंधार. प्रकाश. न्यायालय. दुपार.] [विश्वनाथ डावरेंना साक्षीसाठी पाचारण केले जाते. सरकारी वकील मानकर प्रश्न विचारत आहेत.]
मानकर	:	आपलं नाव?
डावरे	:	विश्वनाथ बळवंत डावरे.
मानकर	:	आपल्याला साक्षीसाठी बोलावण्याचं कारण?

डावरे : पुण्याच्या शुक्ल यजु:शाखीय ब्राह्मणसभेचा मी चिटणीस आहे. सभेने २५ ऑक्टोबरच्या आपल्या बैठकीत कर्वे-विरुद्ध ठराव पास केला आहे.

मानकर : कर्वेंविषयी तुम्हाला एरवी काय वाटतं हा प्रश्न नाही. हा खटला अश्लीलतेसंबंधी आहे आणि तो 'व्यभिचाराचा प्रश्न' या एका लेखाबद्दल आहे.

डावरे : त्या लेखाविषयीच आमचा ठराव आहे.

मानकर : तुम्ही तो ठराव आणलाय?

डावरे : होय.

मानकर : वाचून दाखवा.

[डावरे कागद काढतात. वाचतात.]

डावरे : 'श्री शुक्ल यजु:शाखीय ब्राह्मणसभा, पुणे आपल्या २५ ऑक्टोबर १९३१, शके १८५२ रोजी झालेल्या विशेष बैठकीत रा. रघुनाथ धोंडो कर्वे यांचा तीव्र शब्दांत निषेध करते आणि लैंगिक शिक्षण देण्याच्या नावाखाली ते आपल्या 'समाजस्वास्थ्य' नावाच्या मासिकात जो मजकूर देतात, जी चित्रे छापतात त्याने तरुणांची मने दूषित करीत आहेत असा आरोप करते. 'समाजस्वास्थ्य'च्या सप्टेंबर १९३१च्या अंकात 'व्यभिचाराचा प्रश्न' हा लेख छापून त्यांनी कहरच केला आहे. या अश्लील लेखात त्यांनी गरत्या स्त्रीपेक्षा वेश्येला वरचे स्थान दिले आहे. कौमार्य जपण्याच्या सदूहेतूची टिंगल केली आहे. आणि पातिव्रत्य कवडीमोलाचे मानले आहे. रा. कर्वे यांच्या अशा लिखाणाने समाजात आरोग्याऐवजी अनारोग्य, स्वास्थ्याऐवजी अस्वास्थ्य निर्माण होण्याची शक्यता असून त्याचे प्रकाशन सुरू राहिल्यास आर्यवंशाचा नाश होण्याची भीती संभवते. मेहेरबान हुजूर सरकारने या ठरावाची दखल घेऊन रा. कर्वे यांच्यावर त्वरित कारवाई करावी आणि सुस्थितीत असलेल्या समाजाची घडी बिघडवण्याचे हे

कारस्थान संपुष्टात आणावे!' खाली सही – सरदार जगन्नाथ महाराज पंडित!

मानकर : तेव्हा तुमच्या ठरावानुसार या लेखाची भाषा आणि विचार अश्लील आहेत.

डावरे : नि:संशय! अश्लील आणि विषारी आणि कुठेही विकतात हो ते. मुलींच्या शाळेसमोरही.

[शेटे उठतात.]

शेटे : मुलींच्या शाळेसमोर कुठे विकले जाते विचारा मिलॉर्ड. कुठे विकले जाते? वर्तमानपत्राप्रमाणे कोपऱ्यावर उभे राहून, ओरडून की चिंचबोरांप्रमाणे गोणपाटावर बसून?

डावरे : शाळेसमोरच दुकान आहे.

शेटे : म्हणजे पुस्तकांच्या दुकानात!

डावरे : हो, पण वह्या-पुस्तकं घ्यायला मुली तिथे जातात.

शेटे : त्या दुकानात 'समाजस्वास्थ्य'च मिळतं की रांगोळी आणि मेंदीची डिझाइन्स, बागकाम शिकवणारी आणि बाळंतिणीला सल्ला देणारी पुस्तकंही मिळतात? विचारा मिलॉर्ड!

डावरे : ती मिळणारच.

शेटे : मग घरून एक आणाही मिळत नसताना मुली 'समाजस्वास्थ्य'च घेतील हे शक्यय का मिलॉर्ड?

मानकर : यांना आवरा मिलॉर्ड. हे मला प्रश्नच विचारू देत नाहीत.

न्यायाधीश : शेटे, तुम्हाला नंतर उलटतपासणीला वेळ मिळणार आहे.

शेटे : मुलींच्या शाळेसमोर मासिक विकल्याचा उल्लेख करून साक्षीदार कोर्टाचं मत कलुषित करतोय!

न्यायाधीश : न्यायालयाला सारासारविवेक आहे शेटे!

शेटे : त्याबद्दल मला कोणतीही शंका नाही मिलॉर्ड. पण पुण्यात डेक्कनला आणि अन्यत्रही 'समाजस्वास्थ्य'

		उपलब्ध असताना साक्षीदाराने फक्त शाळेसमोर विकल्याचा उल्लेख करणं कितपत बरोबर आहे?
न्यायाधीश	:	तुमचा मुद्दा लक्षात आला शेटे! [शेटे बसतात.]
शेटे	:	आभारी आहे मिलॉर्ड!
मानकर	:	कर्व्यांवर कारवाई करावी हे तुमच्या ब्राह्मणसभेचंच मत आहे की –
डावरे	:	समस्त पुणेकरांचं मत आहे!
मानकर	:	खात्री आहे तुमची?
डावरे	:	नि:संशय! याबाबत पुण्यात दुमत नाही!
मानकर	:	थँक यू मिलॉर्ड. युवर विटनेस –
शेटे	:	डावरे, ही जी तुमची शुक्ल यजु: – जी काही सभा आहे तशा आणखी किती सभा पुण्यात असतील?
डावरे	:	जितक्या शाखा तितक्या सभा!
शेटे	:	म्हणजे ब्राह्मणांच्या जितक्या शाखा, तितक्या सभा!
डावरे	:	हो.
शेटे	:	किती शाखा असतील?
डावरे	:	वीस–पंचवीस तरी असतील –
शेटे	:	त्यांचे कर्वेंचा निषेध करणारे ठराव कुठेयत?
डावरे	:	सगळेच काही ठराव संमत करीत नाहीत.
शेटे	:	तुम्ही जागरूक म्हणून तुम्ही केलात!
डावरे	:	नि:संशय!
शेटे	:	पण त्यांचंही मत तुमच्यासारखंच आहे ?
डावरे	:	नि:संशय!
शेटे	:	आणि पुण्यातल्या ब्राह्मणेतर पक्षाचं काय मत आहे?
डावरे	:	त्यांनाच माहीत!
शेटे	:	आणि हरिजनांचं? शूद्रातिशूद्रांचं?
डावरे	:	मला का विचारता?
शेटे	:	मघाशी तुम्ही समस्त पुणेकरांचं बोललात नं? [डावरे गप्प.]

तुम्ही पुण्यात राहता, तुम्हाला कल्पना असेलच रँग्लर परांजप्याच्या कन्या, प्रख्यात विदुषी शकुंतलाबाई तिथे संततिनियमनाचं केंद्र चालवतात, 'समाजस्वास्थ्या'त लेखही लिहितात.

डावरे : ते सगळे सारखेच!

शेटे : सारखेच म्हणजे?

डावरे : अतिशहाणे!

शेटे : नवमतवादी, बुद्धिप्रामाण्यवादी म्हणजे अतिशहाणे?

डावरे : हो.

शेटे : आणि वसंत व्याख्यानमालेचे ब्राह्मण कार्यकर्ते? त्यांनी कर्व्यांना व्याख्यानासाठी बोलावलं होतं ते? दादासाहेब करंदीकर? त्यांनी कर्व्यांना भेटून अभिनंदन केलं होतं. संततिनियमनासारख्या विषयावर इतक्या सभ्य भाषेत बोलल्याबद्दल जाहीर कौतुक केलं होतं.

डावरे : कल्पना नाही.

शेटे : डावरे, तुम्ही पुण्याचं प्रतिनिधित्व करीत नाही. पुण्याच्या ब्राह्मणांचंही नाही. नव्या विचारांपासून तुम्ही शेकडो मैल दूर आहात. तुम्ही का सांगावं आणि आम्ही का ऐकावं?

[डावरे धुसपूस करतात.]

हा ठराव तुमच्या यजु:शाखीय ब्राह्मणसभेचं तरी प्रतिनिधित्व करतो का?

डावरे : शंकाच नको!

शेटे : नि:संशय! नाही का?

डावरे : वादच नाही.

शेटे : ज्या सभेत हा ठराव पास झाला त्या बैठकीला किती सदस्य हजर होते?

[डावरे बघतात.]

तीनशे पन्नासपैकी फक्त एकशे पंचवीस.

म्हणजे अर्धेही नाहीत.

[डावरे गप्प.]

डावरे, तुमचा हा ठराव ना पुण्याचं प्रतिनिधित्व करतो, ना पुणेरी ब्राह्मणांचं. हा ठराव फक्त हट्टी, जुन्या विचारांच्या, बदलाला तयार नसलेल्या कर्मठांचं प्रतिनिधित्व करतो. दॅटस ऑल मिलॉर्ड!

[राजवाडेंच्या नावाचा पुकारा होतो. ते येऊ लागतात. डावरे त्यांना वाकून नमस्कार करतो. ते येऊन साक्षीदाराच्या पिंजऱ्यात उभे राहतात. मानकर पुढे येतात.]

मानकर : आपलं नाव?

आहिताग्नि : आहिताग्नि आहिताग्नि राजवाडे.

मानकर : आहिताग्नि आपलं नाव आहे?

आहिताग्नि : नाही. घरी अष्टौप्रहर अग्नी प्रज्वलित ठेवलेला असतो म्हणून आहिताग्नि!

मानकर : नाव सांगा.

आहिताग्नि : शंकर रामचंद्र राजवाडे.

मानकर : धंदा?

[आहिताग्नि बघतात.]

पोटापाण्यासाठी काय करता?

आहिताग्नि : प्रवचन देतो.

मानकर : लोक दक्षिणा देतात?

आहिताग्नि : त्याला दक्षिणा म्हणत नाहीत.

मानकर : दक्षिणा, बिदागी, मानधन इत्यादी?

आहिताग्नि : होय.

मानकर : तुम्ही प्राचीन ग्रंथांचा अभ्यास केलाय. ब्रह्मकर्म शिकला आहात?

आहिताग्नि : प्राचीन, अर्वाचीन दोन्ही ग्रंथांचा अभ्यास आहे माझा. प्लेटो, ॲरिस्टॉटल, मिल, रिकार्डो, मेकॉले –

मानकर : रसेल वाचलाय?

आहिताग्नि : नाही, पण हॅवलॉक एलिस वाचलाय!

मानकर : सगळे खंड?

आहिताग्नि : नाही. पण त्याचं मत कळण्यापुरता वाचलाय.

मानकर : 'समाजस्वास्थ्य'च्या सप्टेंबरच्या अंकातला 'व्यभिचाराचा प्रश्न' हा लेख वाचलाय?

आहिताग्नि : होय.

मानकर : तुम्हाला तो कसा वाटला?

आहिताग्नि : धार्मिक आणि नैतिकदृष्ट्या किळसवाणा. शिवाय तो शास्त्रीयही नाही.

मानकर : का बरं?

आहिताग्नि : त्याची तीन कारणं आहेत.

मानकर : तीनही कारणं सांगा.

आहिताग्नि : पहिलं कारण : आपल्या विवाहसंस्थेची त्यांनी केलेली हेटाळणी. दुसरं : देवता आणि प्राचीन काळातील वंद्य व्यक्तिमत्त्वांची त्यांनी केलेली निंदा आणि तिसरं : समाजस्थिती सुधारण्यासाठी कर्व्यांनी जो इलाज सुचवलाय माझ्या मते रोगापेक्षा भयंकर आहे तो इलाज!

मानकर : सविस्तर सांगा.

आहिताग्नि : सांगतो. विवाहसंस्था हा आपल्या कुटुंबसंस्थेचा पाया आहे. तो केवळ एक करार नसून एक संस्कार आहे. कर्व्यांच्या मते ती केवळ 'भटाची बडबड' आहे आणि तिचा उद्देश स्त्री-पुरुषांच्या समागमास समाजाची मान्यता मिळवून देणे एवढाच आहे. कौमार्य जपण्याला आणि योनिशुचितेला ते काहीही महत्त्व देत नाहीत. पतीवर प्रेम नसताना एकनिष्ठ राहणाऱ्या पतिव्रतेपेक्षा वेश्या बरी असं ते म्हणतात. पांडव आणि कुंतीविषयी त्यांचं लेखन अनुदार आहेच, पण गीतेसारखं महान तत्त्वज्ञान सांगणाऱ्या श्रीकृष्णाने व्यभिचाराचे धडे घालून दिले असं त्यांनी लिहिलंय. भगवान श्रीकृष्णाची अनेक रूपं आहेत आणि गोपींचा सखा असंही त्याचं एक

दर्शन आहे. वास्तविक पाहता गोपींशी त्याची रासलीला प्रतीकात्मक असून ब्रह्म आणि माया यांच्यातील ती क्रीडा आहे. श्रीकृष्णाने ऐन तारुण्यात कंसाला हरवून आपलं राज्य परत मिळवलं होत. असं असताना तो सदासर्वदा रासक्रीडेतच मग्न होता असं समजणं अडाणीपणाचं आहे. कुंतीने नियोगाच्या नावावर पाचजणांशी संबंध जोडलेला असल्यामुळे तिनं द्रौपदीलाही पाचजणांशी संसार थाटून दिला असे त्यांचं म्हणणं आहे. हे वेडेपणाचं तर आहेच, पण समाजाच्या भावना दुखावणारं आहे. कुटुंबसंस्थेच्या सक्तीच्या समागमावर यांचा उपाय काय तर व्यभिचाराला मोकळीक दिली जावी. हा उपाय रोगापेक्षा भयंकर आहे.

मानकर : लेख का आवडला नाही ते तुम्ही सांगितलंत, पण तो अश्लील आहे का?

आहिताग्नि : आहेच.

मानकर : पण हा लेख सभ्य मराठी भाषेत आहे असं काही साक्षीदारांनी म्हटलंय.

आहिताग्नि : 'कौमार्यभंग झालेली स्त्री' हा 'वापरलेला माल' आहे असं लेखात म्हटलंय.

[शेटे उठतात.]

शेटे : 'वापरलेला माल' यात अश्लील काय आहे मिलॉर्ड?

आहिताग्नि : संदर्भ अश्लील आहे.

मानकर : इतर काही?

आहिताग्नि : उदाहरणं, उपमा, सगळंच अश्लील आहे.

मानकर : एकूण तो लेखच अश्लील आहे.

आहिताग्नि : होय.

मानकर : थँक यू मिलॉर्ड।

[न्यायाधीश लिहितात.]

न्यायाधीश : न्यायालयाचं कामकाज तहकूब. पुढची तारीख १ फेब्रुवारी!

[अंधार. प्रकाश येतो तेव्हा न्यायालयाचा परिसर. सायंकाळ. डॉ. बाबासाहेब आंबेडकर वकिलाच्या पोशाखात अशिलांशी बोलत उभे आहेत. रघुनाथराव येतात.]

आंबेडकर : कर्वे!

[रघुनाथराव बघतात.]

रघुनाथराव : डॉ. आंबेडकर!

आंबेडकर : काय म्हणतोय तुमचा खटला?

रघुनाथराव : चाललाय! माझ्या लेखामुळे आर्यवंशाचा नाश होण्याची शक्यता वर्तवली जातेय!

आंबेडकर : बघा. तुम्हाला तरी कल्पना होती का तुमच्या लेखणीच्या सामर्थ्याची!

[रघुनाथराव हसतात.]

आर्यवंश आणि त्याचा नाश! वर्णसंकर होऊन मूळ वंश कधीच नष्ट झालेत. जर्मनीत हिटलरचा उदय होतोय. त्याला जर कळलं ना की हिंदुस्थानमधले लोक स्वत:ला आर्य समजतात तर तो आत्महत्याच करून घेईल!

रघुनाथराव : नसेल आर्यवंशाचं काही बिघडत, पण प्राचीन परंपरेचं तरी नुकसान होतंच आहे न माझ्या लेखामुळे! स्त्री-पुरुष संबंधांमध्ये मोकळेपणा असावा असं मी म्हणतोय मग या परंपरेचं काय होणार?

आंबेडकर : त्यांना म्हणावं 'मनुस्मृती' वाचा. किती प्रकारचे पुत्र दाखवले आहेत त्यात. औरस तर आहेच, पण क्षेत्रज – नियोगापासून झालेला. कानिन – मुलीला पित्याच्या घरी असताना झालेला, सहोदज – लग्नाच्या वेळी वधू गर्भवती असेल आणि मूल कुणापासून त्याची खात्री नसेल तर अशा वेळेसचा. किती उदाहरणं सांगू? मनूने हे लिहिलंय म्हणजे असे प्रकार होत होते आणि ते स्वीकारलेही गेले होते. कर्वे, याचा अर्थ असा नाही

की तो समाज भ्रष्ट होता. काळ कोणताही असला तरी त्यात सगळ्या प्रकारची माणसं असतात हेच खरं. उगाच जुन्या काळाचं उदात्तीकरण कशाला करायचं!

रघुनाथराव : त्यात आता आणखी एक अडचण निर्माण झालेय!

[आंबेडकर बघतात.]

रघुनाथराव : काही बोललं की लोकांच्या भावना दुखावतात.

आंबेडकर : हो, भावना नाजूक झाल्यात. प्रकृती नाजूक आहे म्हटलं की आपण माणूस आजारी असल्याचा निष्कर्ष काढतो.

रघुनाथराव : आता काय म्हणणार?

आंबेडकर : अशाने मिथकाचा अभ्यास करणंच अशक्य होईल. वेदकाळात इंद्र, वरुण, अग्नी यांची उपासना केली जायची. त्यांच्या जागी नंतर ब्रह्मा, विष्णू, महेश कसे आले. पुढे ब्रह्मा मागे पडून विष्णू आणि महेशाची सरशी कशी झाली? विष्णूचेच अवतार का, शंकराचे का नाहीत याचा काय शोधच घ्यायचा नाही?

रघुनाथराव : लैंगिक संबंधांवर लिहू नका, वलयांकित व्यक्तींवर लिहू नका, जुन्या समजुतींवर लिहू नका!

आंबेडकर : लिहायचं. भावनांनाही सत्याची थोडी सवय झाली पाहिजे ना!

रघुनाथराव : लिहिलं की ते अश्लील?

आंबेडकर : ताप आहे खरा!

रघुनाथराव : बरं, काय लिहिलं की ते अश्लील होईल याचा काही कायदाच नाही नं! कमकुवत मनाच्या तरुणांवर आणि स्त्रियांवर त्याचा काय परिणाम होईल त्याच्या शक्यतेवर – शक्यतेवर हं – हे लिखाण अश्लील आहे की नाही ते न्यायाधीश ठरवणार! म्हणजे डॉक्टरसाहेब, चोर, दरवडेखोरांपेक्षा लेखकाची अवस्था वाईट आहे. त्यांना निदान घर फोडताना माहीत असतं की ते गुन्हा करतायत. आम्ही लिहून झाल्यावर कुणीतरी ठरवतं की

ते अश्लील आहे! क्रिकेटमध्ये सीमारेषाच आखलेली नसावी आणि आपण पळत जाऊन झेल पकडल्यावर अंपायरने निर्णय द्यावा की कॅच बाउंडरीच्या बाहेर जाऊन पकडलाय. तसंच आहे हे. अरे, पण मग आधी सीमारेषा आखा नं!

आंबेडकर : खरंय! तरीही लढायचं. त्यानेच स्वातंत्र्याच्या कक्षा रुंदावतील.

[शेटे वकील येतात.]

रघुनाथराव : हे माझा खटला लढवणारे शेटे वकील. आणि हे...

शेटे : डॉ. बी. आर. आंबेडकर. यांना कोण ओळखत नाही?

आंबेडकर : नमस्कार. बरंय. यू कंटिन्यू...

रघुनाथराव : बरंय.

[डॉ. आंबेडकर जातात.]

चला!

[रघुनाथराव आणि शेटेही जाऊ लागतात.]

त्यांना विचारा – राजवाडेंना विचारा की कामवासना ही मंगलमय आहे की नाही? काय उत्तर आहे त्यांचं यावर? खजुराहोच्या शिल्पातल्या स्त्री-पुरुषांकडे हे विवाहप्रमाणपत्र मागणार का?

[शेटे हसतात.]

अरे, ज्या गोष्टीमुळे सगळ्या मानवजातीची निर्मिती झाली ती घाणेरडी, पापमय कशी असेल? धर्माचा सगळ्यात मोठा प्रतिस्पर्धी म्हणजे काम. कामवासनेचं आकर्षण माणसाला धर्माच्या आज्ञा उल्लंघण्याचं सामर्थ्य देतं. म्हणून धार्मिकांचा काम या गोष्टीवर राग! म्हणून ते सर्वात वाईट पाप! पण हा सगळा व्हिक्टोरियन काळाचा विचार आहे. आपली परंपरा असं म्हणत नाही. आपल्याकडे आजही 'काम हा धर्म आणि मोक्षासारखा एक पुरुषार्थ आहे.

[बादशहा विरुद्ध आर. डी. कर्वे खटल्याची घोषणा होते.]

शेटे : चला!

रघुनाथराव : तुम्ही विचारा त्यांना!

शेटे : हो.

[दोघे विंगेत जातात. अंधार. प्रकाश. न्यायालय. आता शेटे वकील अहिताग्नींची उलटतपासणी घेणार आहेत.]

शेटे : राजवाडे, माझ्या अशिलाच्या लेखाचं तुम्ही इतक्या बारकाईने वाचन केलंत आणि त्याचं इतकं सविस्तर सादरीकरण केलंत त्याबद्दल आभार. पण तुम्हाला असं नाही वाटत का की, अगदी एकदोन वाक्यांमध्ये तुम्हांला त्याचं सार सांगता आलं असतं की उत्कटपणे एकमेकांच्या सहवासात आलेल्या स्त्री-पुरुषांना समागम करण्यासाठी विवाहबंधनाची आवश्यकता असू नये. आणि आपल्या परंपरेनेही अशा मोकळ्या संबंधांना पूर्वापार मान्यता दिली आहे.

आहिताग्नि : मुळीच नाही. अशा गलिच्छ संबंधांना-

शेटे : गलिच्छ तुम्ही म्हणताय. लेखात असं म्हटलेलं नाही.

आहिताग्नि : हो, मी म्हणतोय. कोण म्हणतो अशा अनैतिक संबंधांना परंपरेची मान्यता आहे. श्वेतकेतूच्या पूर्वी सगळं काही चालत असे. पण त्याने विवाहबंधन आणल्यावर कुणालाही तसं वागण्याची परवानगी नव्हती आणि नाही. लेखात कुंती आणि द्रौपदीचं उदाहरण दिलेलं आहे; पण खरंतर ते विशिष्ट अडचणीतून मार्ग काढण्यासाठीच केलं गेलं आहे. पंडूला राज्य टिकवण्यासाठी पुत्र हवे होते म्हणून त्यानं कुंतीला नियोगाचा मार्ग सांगितला आणि पाच पांडवांना एकत्र ठेवणारी शक्ती हवी होती म्हणून कुंतीने द्रौपदीचं पाचजणांशी लग्न लावून दिलं.

शेटे : आणि त्यांनी तिला जुगारात पणाला लावलं.

आहिताग्नि : तो त्यांचा असमंजसपणा होता.

शेटे : ऐका मिलॉर्ड, पांडव असंमजस होते. आहिताग्निच म्हणतायत!

[आहिताग्नि चिडून बघतात.]

आपण परत कुंतीकडे वळू. मी असं ऐकलंय राजवाडे की नियोगपद्धतीत पतीला हे माहीत असतं की पत्नी कुणाबरोबर जाणार आहे.

आहिताग्नि : पंडूलाही माहीत होत की कुंती देवांना आवाहन करणार आहे.

शेटे : पण कोणत्या देवाला आधी, कुणाला नंतर हे त्याला माहीत होतं का?

[आहिताग्नि बोलत नाहीत.]

म्हणजे देव तिने निवडले. त्यांचा क्रम तिने लावला. पुत्रप्राप्तीपर्यंत संबंध तिने ठेवला.

आहिताग्नि : फार तांत्रिक भागात शिरताय तुम्ही!

शेटे : मी फक्त तार्किक मांडणी करतोय! आज कुणी कमळाबाई असं म्हणू लागली की मी देवाकडून पुत्रप्राप्ती करून घेतली तर विश्वास ठेवाल का?

[आहिताग्नि बोलत नाहीत.]

न्यायाधीश : राजवाडे, उत्तर द्या. आज कुणी स्त्री असं म्हणू लागली की –

आहिताग्नि : विश्वास ठेवणार नाही.

शेटे : आणि कर्णाचं काय? तो तर विवाहाआधी प्राप्त झालेला मुलगा!

आहिताग्नि : होय.

शेटे : कर्णबाळाला टोपलीत घालून नदीत सोडून द्यावं लागलं. म्हणजे त्या काळीदेखील याला मान्यता नव्हती.

आहिताग्नि : लहान होती ती. तिला समज नव्हती.

शेटे : राजवाडे, आनंदाची गोष्ट अशी की, नंतरच्या काळात कर्णाचं प्रकरण कळूनदेखील कुंती वंद्यच ठरली आणि

अनैतिक संबंधातून जन्मूनही कर्णाचा महारथी म्हणून गौरवच झाला.

आहिताग्नि : मग काही वाईट झालं का?

शेटे : माझ्या अशिलाचा मुद्दा तोच आहे. वाईट झालं नाही, चांगलंच झालं. तेव्हाचा समाज आजच्यापेक्षा उदार असला पाहिजे. विवाहपूर्व मातृत्वामुळे कुंतीचा महान संघर्ष त्यांनी नजरेआड केला नाही.
[अहिताग्नींना काय बोलावं ते सुचत नाही.]
कुंती–द्रौपदीचं जाऊ दे. पराशर ऋषीचं मोठेपण कुणी अमान्य केलंय का? त्यांनी सत्यवतीशी कोणता विवाह केला होता? दुष्यन्त–शकुंतलेचं काय?

आहिताग्नि : त्यांनी गांधर्व विवाह केला होता.

शेटे : म्हणजे समागमापर्यंत पोचायचा शॉर्टकट. ना भटजी, ना मंत्र. देवाला साक्षी मानून परस्परांना वरायचं हे त्याचं साधं तंत्र. हल्लीही बरीच उनाड मुलं याच मार्गाने मुलींना फसवतात.

आहिताग्नि : त्यांच्याशी तुम्ही दुष्यन्ताची तुलना करता?

शेटे : निसर्गाचं आश्चर्य हे मिलॉर्ड की अशा संबंधांमधूनही आश्चर्यकारक प्रतिभा असलेली संतती मिळू शकते. सत्यवती दिसल्यावर पराशराला गांधर्वविवाह करण्याइतकाही वेळ नव्हता तरी त्या संबंधामधून आपल्याला महाभारतासारख्या महान ग्रंथाची रचना करणारे महर्षी व्यास मिळाले आणि लग्नानंतर दुष्यंत शकुंतलेला ओळख दाखवायलाही तयार नव्हता तरी तिने भरतासारख्या पुत्राला जन्म दिला. ज्याच्या नावाने आपला देश भरतखंड म्हणून प्रसिद्ध आहे!

आहिताग्नि : हे सगळे अपवाद आहेत.

शेटे : मग नियम काय होते ते सांगा!
[राजवाडे बघतात.]
राजवाडे, प्राचीन काळीदेखील आजच्यासारखीच माणसं

होती आणि स्त्री-पुरुषांत आजच्यासारखंच आकर्षण असले पाहिजे नाही का? चारुदत्त होता तसे शकार होते आणि भला माणूस म्हणवला गेलेला चारुदत्तही वसंतसेना नामक गणिकेच्या प्रेमात आकंठ बुडालेला होता.

राजवाडे : कधी कधी असं घडतं म्हणून आपण विवाहसंस्थेचं महत्त्व नाकारू शकत नाही!

शेटे : कृष्ण कशाचं प्रतीक आहे राजवाडे?

राजवाडे : तत्त्वज्ञाचं, युगंधराचं!

शेटे : ते तर आहेच, पण सर्वसामान्यांसाठी तो बंधनापलीकडच्या प्रेमाचं प्रतीक नाही का? हजारो वर्षं लोक राधा-कृष्णाच्या प्रेमाचे गोडवे गातायत.

राजवाडे : राम-सीतेच्याही प्रेमाचे दाखले देतायत.

शेटे : पण राम कर्तव्यनिष्ठेचं प्रतीक आहे.

राजवाडे : कृष्ण लोकनायक आहे.

शेटे : हो, पण असं नाही का म्हणता येणार की सर्वसामान्य माणसाला बंधनापलीकडच्या प्रेमाची आस असते. ते त्याला कृष्ण आणि राधेच्या प्रेमात दिसतं. राधेला नवरा होता, कुटुंब होतं तरी बासरीचे स्वर कानी पडले की ती ओढल्यासारखी यमुनातीरी येत असे! 'व्यभिचार' या शब्दाने दचकू नका. पण सांगा काय चुकीचं आहे या अव्यभिचारी निष्ठेत?

राजवाडे : ते ठीक आहे पण –

शेटे : राजवाडे, तुम्हाला 'वापरलेला माल' हा शब्दप्रयोग अश्लील वाटला. वेश्येबरोबर तुलना केल्यामुळे 'पतिव्रतेचा' अधिक्षेप होतो असं वाटलं, पण तुम्हाला कधी जाणवलं नाही का की कुटुंबाचे सगळे धागे आर्थिक व्यवहाराभोवती गुंफलेले असतात?

राजवाडे : म्हणजे?

शेटे : मालमत्तेभोवती? मालमत्ता. ती आपल्याच मुलाकडे

जावी म्हणून पत्नीचा इतर कुणाशी संबंध येऊ नये याची खात्री करून घ्यायची. त्याला गोंडस नाव द्यायचं पातिव्रत्य. त्याचं स्तोम. स्त्रीदेखील मालमत्ताच. वापरलेला किंवा डागळलेला माल नको म्हणून 'कौमार्य' हा मोठा गुण. त्याचं कौतुक!

आहिताग्नि : तुम्ही हे जे काही वाक्‌ताडन करीत आहात ना ते फार उथळ आहे. महोदय, भारतीय परंपरा आणि धर्मविचार हा पाश्चात्त्यांपेक्षा वेगळा आहे. इथं स्वैराचारापेक्षा आचाराला महत्त्व आहे. कुंती, पांडव या वंद्य व्यक्ती आहेत. कृष्ण हा अवतार आहे. त्याच्या अनेक लीला आहेत. परोक्ष प्रिया: देवा:। देवांना नेहमी सूचित अर्थ आवडतो. तो कसा लावायचा हे ज्ञान म्हणजे पूर्वमीमांसा. आपल्या धर्मग्रंथाचा अन्वयार्थ लावायची ती विशिष्ट पद्धत आहे. मी त्या दर्शनाचा पाईक आहे. प्रोफेसर कर्व्यांना आणि तुम्हालासुद्धा या पद्धतीचं ज्ञान नाही. तुम्ही पाश्चात्त्यांच्या चष्म्यातून आपल्या प्राचीन धर्मग्रंथांचा अर्थ लावताय, हाच एक मोठा प्रमाद आहे!

शेटे : युवर ऑनर, राजवाडे जर पाश्चात्त्यांच्या ग्रंथांचा अर्थ लावू शकतात तर कर्व्यांसारखे पाश्चात्त्य शिक्षण घेतलेले लोक आपल्याच धर्मग्रंथांचा अर्थ का लावू शकत नाहीत? आपल्या परंपरेतही पूर्वमीमांसकांनी लावलेला अर्थ नाकारणारे शंकराचार्यांसारखे उत्तरमीमांसक झालेतच की!

आहिताग्नि : झाले असतील पण कर्व्यांना तो अधिकार नाही!

शेटे : आणि हे ठरवण्याचा अधिकार तुम्हाला कुणी दिलाय? ही मनमानी नाही? धर्मविचारांच्या नावाखाली तुम्ही स्वतंत्र विचार करण्याचा अधिकार नाकारता? युवर ऑनर, माझे अशील नवमतवादी आहेत. जीर्ण मतांना ते प्रश्न करतायत. आजच्या काळानुसार ते

पुराणकथांचा अर्थ लावतायत. कुंती, पांडव आणि तो सारा समाज लैंगिक जाणिवांविषयी प्रगल्भ होता असं प्रो. कर्वे दाखवून देत असताना हे राजवाडे त्यांच्यावर अश्लीलतेचा आरोप करतायत. वस्तुत: माझे अशील स्त्रियांच्या स्वातंत्र्य, समता आणि हक्कांची मागणी लेखातून करतायत याकडे मी न्यायालयाचे लक्ष वेधू इच्छितो. थँक यु युवर ऑनर!

न्यायाधीश : न्यायालय तहकूब!

[अंधार. घर. रात्र. रघुनाथराव टाइप करतायत. दिवा जळतोय. मालती येते.]

मालतीबाई : हे काय, तुम्ही अजून जागेच आहात?

रघुनाथराव : बराच वेळ पडलो, झोप येत नव्हती. मग म्हटलं काम तरी संपवावं!

मालतीबाई : रोझेन्थाल साहेबांचं काम?

रघुनाथराव : हो. कंपनीचं काम ऑफिसमध्येच संपवलं. हा पत्रांचा अनुवाद फक्त राहिलाय!

मालतीबाई : बघा, त्यांचा किती विश्वास आहे तुमच्यावर! एरवी बायकोला लिहिलेलं पत्र कुणी परपुरुषाला वाचायला देईल का?

रघुनाथराव : डोंबलाचा विश्वास. हा फ्रेंच, ती इंग्लिश. दोघांनाही एकमेकांच्या भाषेचा गंध नाही. शिकायची इच्छाही नाही. हक्काचा अनुवादक आहे. द्या त्याच्याकडे सोपवून.

मालतीबाई : मला आश्चर्यच वाटतं, त्यांचं जमलंच कसं?

रघुनाथराव : संसार करायला कुठं भाषा यावी लागते का? त्यात हे साहेब सहा महिने फिरतीवर. पत्रातूनच सगळा व्यवहार. कौलं गळतायत, खिडकीची काच फुटलीय. बोट बंदरात अडकलीय... शेवटी 'आय मिस यू' म्हटलं की झालं. (मालतीबाई हसतात.) ती बाई तर स्वत:च्या हक्कांबद्दल इतकी जागरूक आहे. कंपनीच्या

फायद्यातला तिचा हिस्सा मिळाला नाही की लगेच खलिता. 'यू आर टेकिंग मी फॉर ग्रांटेड डियर!'

मालतीबाई : चांगली करमणूक आहे!

रघुनाथराव : कंटाळवाणं आहे. कंपनीची नोकरी. 'समाजस्वास्थ्य' काढणं, ही केस आणि त्यात या मजकुराची देवाणघेवाण.

मालतीबाई : सोडून द्या ती नोकरी!

रघुनाथराव : सहाशे वर्गणीदारांचं लक्ष्य आहे आपलं. म्हणजे छापण्याचा खर्च निघत जाईल.

मालतीबाई : पण किरकोळ प्रती बऱ्याच जातायत ना?

रघुनाथराव : बाराशे!

मालतीबाई : खटल्यामुळे वाढला खप?

रघुनाथराव : थोडा. मालती, इंग्लंडात ब्रॅडलॉवर अश्लीलतेचा खटला सुरू असताना त्या पुस्तकाच्या लाखो प्रती खपल्या. आपल्याकडे मात्र खटला भरलेले पुस्तक लोक विकतच घेत नाहीत. आधीच वाचनाच्या नावाने ठणाणा आणि मानसिक गुलामगिरी हा स्वभाव! (थांबून) पण खटल्याचा खर्च फार येतोय. वकील, जाणं-येणं, कागदपत्र–

मालतीबाई : दंडाचीही तजवीज करावी लागेल. निकाल जवळ आलाय ना?

रघुनाथराव : दंड म्हणजे? तुला काय वाटतं? आपण केस हरू?

मालतीबाई : आपण करायचे तितके सगळे प्रयत्न केले. चांगला वकील दिला, तुम्ही निवेदन केलंत, ग्रंथातले दाखले दिलेत.

रघुनाथराव : पण मग आपण हरण्याचं कारण काय? काहीच कारण नाही नं हरण्याचं. आपली भाषा सभ्य आणि प्रौढ आहे. ते इन्स्पेक्टर आले होते नं आचरेकर, ते काही आपल्या पक्षाचे नाहीत. तेही उलटतपासणीत म्हणाले कोर्टात. म्हणाले की, 'कव्यांची भाषा सभ्य आणि

प्रौढ आहे.' रियासतकार सरदेसाई. ज्ञानी माणूस. त्यांना न्यायमूर्तींनी विचारलं की, 'हे लिखाण तुम्ही तुमच्या मुलांना वाचायला द्याल का?' तर त्यावर एका क्षणाचाही विलंब न लावता रियासतकार 'होय' म्हणाले. 'ज्ञानापासून कोणतंही नुकसान नाही' असंही म्हणाले... अगदी न्या. कॉकबर्न यांच्या पूर्वीच्या निकालाचा जरी विचार केला तरी कुणाला कुमार्गाला नेण्यासारखं हे लिखाण नाहीच. हा समाजासंबंधीचा, त्याच्या नैतिक मूल्यासंबंधीचा विचार आहे आणि फक्त विचार मांडला म्हणून कुणाला कसं फाशी देता येईल?

मालतीबाई : हो, पण आपण लढाईला उभे राहिलो म्हणजे निकाल विरुद्ध जाण्याची शक्यताही गृहीत धरावीच लागेल नं?

रघुनाथराव : आपण युक्तिवाद करणं आणि वकिलांनी युक्तिवाद करणं यात थोडा फरक पडतो म्हणा!

मालतीबाई : पण आपली बाजू शेटेंनी चांगली मांडली. राजवाडेंना त्यांनी चांगलंच कोंडीत पकडलं. (आठवून) अरे, विसरलेच की –

रघुनाथराव : काय गं? (टेबलाच्या खणातील पाकीट काढून देत) हे दुपारी आलं.

[रघुनाथराव बघतात, फोडतात, वाचत.]

रघुनाथराव : 'पेन' संस्थेचं पत्र आहे. पोएट्स, एसेइस्ट्स, नॉव्हेलिस्ट्स इंटरनॅशनल संस्थेच्या मुंबई शाखेचं पत्र. मी सदस्य आहे नं त्यांचा. त्यांनी नोटीस पाठवलीय.

मालतीबाई : काय?

रघुनाथराव : शो कॉज नोटीस. मी लेखक म्हणून बेजबाबदार असल्याचा आरोप आहे त्यांचा!

मालतीबाई : म्हणताय काय?

रघुनाथराव : केसबद्दल ऐकलंय नं – म्हणून! लेखकांच्या हक्कांसाठी लढावं म्हणून स्थापन झालेली संघटना – लेखकालाच प्रश्न विचारतेय. नोटीस पाठवतेय!

[अंधार. प्रकाश. 'पेन' संस्थेचं कार्यालय. दुपार. भागवत नावाचे संस्थेचे सचिव बसले आहेत. रघुनाथराव त्यांच्या समोर उभे आहेत.]

भागवत : वेळ तुम्ही काढायचाय कर्वे. तुम्ही चौकशी समितीसमोर येण्याचं मान्य करा. कार्यकारिणीचे सदस्य तुम्हाला नक्की भेटतील!

रघुनाथराव : अच्छा, म्हणजे मी इथेही आरोपीच्या पिंजऱ्यात उभं राहायचं!

भागवत : काय हरकत आहे? तुम्हाला हौसच आहे त्याची!

रघुनाथराव : भागवत, 'पेन' ही संस्था लेखकाच्या स्वातंत्र्याचं रक्षण करण्यासाठी आहे. त्या स्वातंत्र्यावर कुणी घाला घालत असेल तर त्याचं समर्थन करण्यासाठी नाही.

भागवत : पण लेखकही तसाच हवा नं?

रघुनाथराव : कसा?

भागवत : स्वातंत्र्याचं चीज करणारा.

रघुनाथराव : आणि मी कसा आहे?

भागवत : स्वैराचारी!

रघुनाथराव : माझी मतं वेगळी आहेत म्हणून मी स्वैराचारी?

भागवत : तुम्ही मासिकावर स्त्रीचं नग्न चित्र छापता. विनय म्हणजे सामाजिक ढोंग आहे असं म्हणता. सौंदर्याची कल्पना लैंगिकतेशी संबंधित आहे असं म्हणता.

रघुनाथराव : सौंदर्य लैंगिकतेशी संबंधित नाही?

भागवत : सौंदर्य ही एक अत्यंत पवित्र भावना आहे!

रघुनाथराव : स्त्रीचं सौंदर्यदेखील?

भागवत : अर्थात!

रघुनाथराव : एखाद्या बेडकाला विचारलं की महाराणी गायत्रीदेवी सुंदर की एखादी बेडकी सुंदर तर तो काय उत्तर देईल?

भागवत : बेडकाची अक्कल ती काय?

रघुनाथराव : अहो प्रत्येक प्रजातीचा नर सौंदर्यासाठी त्याच प्रजातीच्या मादीचं नाव घेईल की नाही? बेडकाला बेडकीच सौंदर्यसम्राज्ञी वाटणार.

भागवत : मला पटत नाही.

रघुनाथराव : ठीकंय. पण त्याचा अर्थ इतकाच की आपली मतं भिन्न आहेत आणि केवळ वेगळ्या विचारांसाठी तुम्ही कुणालाही संस्थेतून काढू शकणार नाही!

भागवत : आम्ही काय करू शकतो ते तुम्ही सांगण्याची गरज नाही.

रघुनाथराव : स्वातंत्र्य हा कोणत्याही अभिव्यक्तीचा प्राण आहे हे संस्थेच्या उद्दिष्टात लिहिलंय!

भागवत : संस्थेच्या निर्मात्यांनी तुमच्यासारखे लेखक पाहिले नव्हते.

रघुनाथराव : दुर्दैवाने संस्थेच्या निर्मात्यांना तुमच्यासारखे लोक संस्था चालवतील याचीही कल्पना नव्हती.

भागवत : रघुनाथराव जपून बोला!

रघुनाथराव : आणि याने माझ्या लिहिण्यात काही फरक पडेल असं समजू नका. कुणी भीक घातली म्हणून लेखक, कलावंत स्वातंत्र्य उपभोगत नसतात. ते अशी कलाकृती निर्माण करतात ज्याने स्वातंत्र्याच्याच कक्षा रुंदावतात!

भागवत : यांच्या लिखाणाने रुंदावणार आहेत कक्षा स्वातंत्र्याच्या?

रघुनाथराव : नक्कीच रुंदावतील! बघाल.

भागवत : बघू!

रघुनाथराव : तोपर्यंत बाहेर राहा!

भागवत : हो.

रघुनाथराव : तुम्ही सगळे फ्रॉड आहात, फ्रॉड!

भागवत : रघुनाथराव!

रघुनाथराव : तुम्हाला याचाच आनंद की आपण एका आंतरराष्ट्रीय संघटनेचे सन्माननीय सदस्य आहोत. मुंबई शाखेचे

मान्यवर सदस्य म्हणून आपल्याला मिरवता येतं, लेखकाच्या हक्कांचे रक्षण करणं हा उद्देश नाहीच आहे. तो समाजात मिरवणं हाच आहे!

भागवत : रघुनाथराव, खूप होतंय हे –

रघुनाथराव : आणि जर निकाल माझ्याविरूद्ध गेला तर फटाके फोडण्याची घाई करू नका. मी माझ्या मतावर ठाम आहे आणि जोपर्यंत स्वत:च्या विचारांवरील माझा विश्वास अढळ आहे तोपर्यंत कोणतंही न्यायालय किंवा तुमच्यासारखे संस्थाचालक मला वाकवू शकणार नाहीत!

[अंधार]

[प्रकाश. न्यायालय. दुपार. न्यायाधीश निकालपत्राचे वाचन करीत आहेत.]

न्यायाधीश : ...कायद्यात अश्लीलतेची व्याख्या नाही हे मान्य आहे. तरी न्या. कॉकबर्न यांची व्याख्या सर्वसामान्यपणे न्यायालयांनी मान्य केलेली आहे. लिखाण, चित्र किंवा कोणतीही अभिव्यक्ती ज्याच्या हातात पडेल ती व्यक्ती अनीतिग्रहणशील असेल म्हणजे तिचे मन याने बिघडण्याची शक्यता असेल तर ते लेखन अश्लील मानावे असा प्रघात आहे. ...कुंती, पांडव आणि श्रीकृष्ण परमात्म्याची निंदा करण्यात भारदस्तपणा नाही. पतिव्रतांची आणि वेश्यांची तुलना करण्यात भारदस्तपणा नाही. वर्षाला दीड रुपया देणाऱ्या कुणालाही हे विचार कळतील का? हो, कळू शकतील. त्यात कुणीतरी अनीतिग्रहणशील असू शकेल की नाही? नक्कीच असू शकेल. त्यांची मने याने बिघडतील का? कशावरून बिघडणार नाहीत? तेव्हा आरोपीवर गुन्हा शाबीत होत असून त्याला शंभर रुपये दंड ठोठावण्यात येत आहे. तसेच त्याच्या मासिकाच्या जप्त केलेल्या प्रती,

लेख फाडून त्याला परत कराव्यात तसेच त्याचे मूळ हस्तलिखित आणि छापखान्यातील प्रूफही नष्ट करून टाकावे.

[रघुनाथराव, शेटे वगैरे बघतायत.]

[अंधार. पडदा.]

अंक दुसरा

[रघुनाथरावांचे घर. मालतीबाई कामात. डॉ. के. भा. लेले येतात.]

लेले : येऊ का मालतीबाई?

मालतीबाई : (आतून येत) या या. डॉक्टरसाहेब या.

लेले : आमचे सुप्रसिद्ध मित्र कुठं आहेत? आभाळातून डायरेक्ट पृथ्वीवर पडलेले?

मालतीबाई : म्हणजे कर्वेच नं?

लेले : हो. सगळे नास्तिक तसेच.

मालतीबाई : फिरायला गेलेत.

लेले : (फुलं देत.) फुलं घ्या. महालक्ष्मी मंदिरातून आणलीयत. फुलं चालतात नं?

मालतीबाई : हो. न चालायला काय झालं?

लेले : आणि प्रसाद?

मालतीबाई : चालतो ना. तुम्ही प्रसाद म्हणून द्या, आम्ही गूळखोबरं म्हणून खातो.
[ते देतात.]

लेले : बेस्ट ऑफ बोथ वर्ल्ड्स! तुमची तब्येत कशी आहे?

मालतीबाई : ठीक आहे, बोला काय काम काढलंत?

लेले : मागच्या भेटीत रघुनाथरावांना माझ्या कवितांचं पुस्तक दिलं होतं.

मालतीबाई : इंग्रजी कविता नं?

लेले : पाहिलं तुम्ही?

मालतीबाई : हो.

लेले : 'समाजस्वास्थ्य'मध्ये परीक्षण येणार होतं. शिवाय सध्या कर्व्यांची आणि माझी देवावर वादावादी पण चाललेय नं अंकात, त्याचं उत्तर द्यायचं होतं.

मालतीबाई : वा... द्या नं उत्तर द्या.

लेले : (थांबून) एक विचारू?

मालतीबाई : अर्थात.

लेले : नास्तिक कर्व्यांचं सोडा, तुम्हाला खरंच घरात देव नसण्याची पोकळी नाही जाणवत?

मालतीबाई : अं... लग्नानंतरच्या सुरुवातीचा काळ खूप धावपळीचा गेला. मग एक दिवस शेजारीण आली. म्हणाली 'हे काय? तुमच्या घरी देवघर नाही?' संध्याकाळी मी हा प्रश्न कर्व्यांना सांगितला. तर ते हसले आणि म्हणाले 'इतके दिवस कशासाठी तरी तुला देवाची आठवण झाली का? नाही नं? मग पुढे तरी देव कशाला हवा?' बस्स. मीही हसले आणि सोडून दिलं.

लेले : नंतर कधी पश्चात्ताप नाही झाला? रघुनाथरावांच्या नोकऱ्या गेल्या, स्थैर्य गेलं, खटले सुरू झाले...

मालतीबाई : त्या सगळ्याचा दोष देवाच्या माथी का मारायचा? त्यांना वरचं पद मिळू नये म्हणून शिक्षण खात्यात इतकं राजकारण झालं, त्यामागं देव असेल तर तो खूपच अन्यायी आहे असं म्हणावं लागेल. पुढं विल्सनमध्ये कुणीतरी मिशनऱ्यांचे कान फुंकले, ते काम देवाचं थोडंच होतं? ती सगळी हाडामासाची माणसंच होती.

लेले : आणि तुम्हाला मूल होऊ शकलं नाही ते? स्त्रीला मुलांचं किती आकर्षण असतं!

मालतीबाई : डोंबलाचं आकर्षण! आपल्या आजूबाजूच्या घरातून पाहिलय नं! हा पोरवडा... एकेका बाईला दहा-पंधरा मुलं... देवी, गोवर, कावीळ, कांजण्या, डांग्या

खोकला आणि मरण. तेव्हा ते मुलाचं आकर्षण स्त्रीला असतं वगैरे सोडा. तर हे नकोसेपण एका बाजूला आणि दुसरीकडे आर्थिक परवड. सत्त्वासाठी नोकऱ्या गेलेल्या. परिस्थिती कशीही असली तरी संततिनियमनाचं केंद्र सुरू ठेवायचंच होतं. या साऱ्याचा ताण त्या मुलांना का द्यायचा? त्यांच्यावर गरिबी का लादायची?

लेले : पण मूल नसतानाही कर्व्यांनी स्वत:वर नसबंदीची शस्त्रक्रिया करवून घेतली. तेव्हा धक्का नाही बसला? नियतीने हे पुढ्यात काय वाढून ठेवलंय असं नाही वाटलं?

मालतीबाई : देव, नियती, भागधेय! तुम्हाला नाही वाटत की हे सारं निर्माण करून आपण आपली जबाबदारी टाळतो? बहुतेक वेळा नियती म्हणजे माणसांच्याच योग्य-अयोग्य निर्णयांचा परिपाक असतो. कधी आपत्ती-आजार येतात तेव्हा निसर्गाने आपली 'रँडम... म्हणजे एकुणात... अहेतूकपणे निवड केली असं मानायचं. इतकं सोपं आहे.

लेले : मनाची समजूत पटत नाही ना.

मालतीबाई : पण... मनाने सतत बाळबोध का राहावं? त्यानेही कधीतरी प्रौढ व्हायला हवं ना डॉक्टरसाहेब?

[तेवढ्यात रघुनाथराव येतात.]

लेले : नमस्कार!

रघुनाथराव : नमस्कार!

लेले : नास्तिक मंडळींना मी नाव ठेवलंय 'आभाळातून डायरेक्ट पृथ्वीवर'. ना आगा ना पिछा.

रघुनाथराव : कसं काय? आभाळातून डायरेक्ट तुम्ही पडलात. तिथं बाप राहतो नं तुमचा. आम्ही तर या मातीतूनच वर आलोय.

[लेले हसतात.]

बोला. काय काम?

लेले : मंदिरात गेलो होतो. म्हणलं देव सर्वांचा आहे. नास्तिक मंडळींनाही प्रसाद द्यावा.

[रघुनाथराव हसतात. प्रसाद घेऊन टेबलापाशी जातात. एक पाकीट काढतात.]

लेले : मी परीक्षणासाठी कवितांचं पुस्तक दिलं होतं.

रघुनाथराव : लक्षात आहे. पुढच्या अंकात येईल परीक्षण. (मालतीबाईंनी आणलेले सरबत पिऊन) निघतो. 'रिझन'च्या ऑफिसात जाऊन यायचंय डॉक्टरसाहेब. इंग्रजी लेख द्यायचाय.

लेले : लेख कशावर आहे?

रघुनाथराव : 'सेन्ट्स ॲण्ड फकीर्स'... हे संत, बुवा, महाराज, साध्वी... यांच्यावर!

लेले : काय म्हटलंय लेखात?

रघुनाथराव : हे स्वामी, संत, महाराज हे व्हीआयपी भिकारी आहेत.

लेले : पण कितीतरी चांगले लोक त्यांच्याकडे जातात. माझ्या ओळखीचे एक बँकेचे चेअरमनसुद्धा एका बाबाकडे...

रघुनाथराव : बँकेचा चेअरमन बाबाच्या नादी लागला असेल ना तर त्याला हाकलून दिला पाहिजे. अशा लोकांच्या हातात आपले आर्थिक व्यवहार सोपवणं म्हणजे मूर्खपणा आहे.

लेले : पण मुळात लोक जातातच का?

रघुनाथराव : लोक आजारी आहेत. त्यांना उपचाराची गरज आहे.

लेले : आणि तो उपचार त्यांना बाबाबुवांच्या सहवासातून मिळतो?

रघुनाथराव : डोकं टेकलं की बरं वाटतं. तात्पुरतं हलकं वाटतं.

लेले : मलाही मंदिरात डोकं टेकलं की बरं वाटतं. तुम्ही मला काय म्हणाल?

रघुनाथराव : संत-महात्म्यांकडे जाणाऱ्यांपेक्षा तुमची परिस्थिती थोडी बरी आहे इतकंच!

लेले : आणि जे मूर्तिपूजाही करीत नाहीत पण विश्व निर्माण करणारी, चालवणारी एक शक्ती आहे असं मानतात...

रघुनाथराव : त्यांची परिस्थिती तुमच्याइतकीच वाईट आहे. कारण जग निर्माण करणारं, चालवणारं कुणी नाहीच. आणि कुणी असेल तर तो वाईट व्यवस्थापक आहे असं म्हणावं लागेल.

लेले : कसं काय?

रघुनाथराव : एवढी मोठी सूर्यमाला निर्माण केली आणि राहण्याची सोय फक्त एकाच ग्रहावर? मग बाकीचे ग्रह काय ज्योतिषाचं पोट भरायला की काय?

लेले : मग हे विश्व कसं निर्माण झालं?

रघुनाथराव : मग देव कुठून आला?

लेले : तो आधीपासूनच होता.

रघुनाथराव : विश्वही पहिल्यापासूनच होतं.

लेले : देव नसल्याचा पुरावा काय?

रघुनाथराव : नकारार्थी गोष्टींचा पुरावा कसा देणार? तुम्ही काल माझ्याकडे आला नाहीत याचा पुरावा काय देणार!

लेले : देव ही एक नैतिक शक्ती आहे. देवाच्या भीतीने का होईना पण माणसं चुकीच्या गोष्टींपासून दूर राहायला लागली की नाही?

रघुनाथराव : जरा कधी तुरुंगात डोकावून पाहा. एक तरी कैदी नास्तिक आहे का शोधा. सगळेच्या सगळे गुन्हेगार देव मानताना दिसतील. काही तर देवाला लुटीचा हिस्सा देतात. नास्तिक माणूस नैतिक असण्याची शक्यता जास्त. कारण त्याचा पुनर्जन्मावर विश्वास नसतो. या जन्मातल्या कर्माची फळं याच जन्मात भोगावी लागणार हे त्याला माहीत असतं.

लेले : पुनर्जन्म हा मोठा दिलासा आहे.

रघुनाथराव : पुनर्जन्म? मागच्या जन्मीचं पाप? प्राक्तन? मालती, वाईट हे वाटतं की के. भा. लेले डॉक्टर आहेत. त्यांनी

रोगाचा अभ्यास करण्यासाठी आणि उपचारासाठी वैद्यकीय अभ्यासपद्धत स्वीकारली पण ती आपल्या आयुष्याला लावायला ते तयार नाहीत.

लेले : ठीक आहे. मला तुमच्या सर्टिफिकेटची गरज नाही. माझ्या लेखनाबद्दल काय वाटतं ते सांगा.

रघुनाथराव : कशाबद्दल?

लेले : कवितासंग्रहाबद्दल!

रघुनाथराव : देवानेच बुद्धी दिलीय आणि तुम्ही कविता लिहिल्यात. बरोबर?

लेले : हो.

रघुनाथराव : देवाला फारशा बऱ्या कविता लिहिता येत नाहीत असं दिसतं.

[बाहेर पडतात. लेले पाहत राहतात. अंधार. अंधारात मेणबत्ती पेटते आणि आवाज येतो.]

आवाज : आता कान देऊन ऐका. मृतात्म्याचा आवाज. यांच्या मुखातून परलोकात गेलेले दादासाहेब बोलणार आहेत. ईश्वर सर्वांचे आदिकारण आहे. देह गेला तरी भासमय शरीर असते. त्याच्याशी आपल्याला संभाषण करता येते. आता हा दिवा बंद होईल. आणि फक्त दादासाहेबांच्या आत्म्याचा आवाज येईल. ऐका...

[मेणबत्ती विझवली जाते. अंधार होतो. घर. बाहेरून हाक ऐकू येते, 'आहेत का समाजस्वास्थ्यकार, 'रिझन'चे संपादक आणि संततिनियमनाचे उद्गाते?' वरेरकर येतात. त्यांचं वय ५१.]

मालतीबाई : या. या. सुप्रभात. या...

[आत येत. रघुनाथरावांना]

इतक्या उपाध्या देणारे मामासाहेब आलेत... मामा वरेरकर...

रघुनाथराव : (आतून) कोण 'कुंजविहारी' का? आला का 'हाच

मुलाचा बाप?' 'तुरुंगाच्या दारात' बसा म्हणावं. (हसत येत.) या नाटककार!

[वरेरकर येतात. कधीतरी पक्षाघात झाल्याने थोडे लंगडत येतात.]

वरेरकर : बाहेर निघालायत?

रघुनाथराव : एका नाटकाला चाललोय. येता?

वरेरकर : कोणतं नाटक?

रघुनाथराव : प्लॅन्चेट!

वरेरकर : प्लॅन्चेट?

रघुनाथराव : नाट्यसंमोहन मेरुमणी वि. दा. ऋषी नावाच्या माणसाचं!

वरेरकर : अहो ते?

रघुनाथराव : हो. दररोज प्रयोग रंगवतायत मुंबईत. सांगणाऱ्यांनी मला सांगितलं की तुमच्या सभांना पाच-पंचवीस माणसं असतात. इथे अख्खी खांडके बिल्डिंग लोटली होती.

वरेरकर : चला मालतीबाई, तुम्ही पण खेळ पाहायला.

मालतीबाई : नको बाई. मला नाही भुतांचं इतकं कौतुक!

[हसतात.]

रघुनाथराव : आता भूतबित असं नाही म्हणायचं बरं का. भुताला म्हणायचं आत्मा! हे ऋषी कोणाच्याही आत्म्याला या खेळात बोलावतात. हा आत्मा मग एका माणसाच्या मुखातून बोलतो. कुठल्याही प्रश्नांवर उत्तर देतो.

वरेरकर : कमाल आहे. आधीच आपल्या देशात अंधश्रद्धा कमी! त्यात हे ऋषींनी पाश्चात्त्य वेड आणलंय. प्लॅन्चेट म्हणे!

रघुनाथराव : वरेरकर, तुम्हाला ते वेड वाटतंय पण त्यांचा दावा आहे की ते गूढविद्येचा शास्त्रीय अभ्यास करतायत. त्यांनी संस्थाच काढलीय. इंडियन स्पिरीच्युअल सोसायटी मी त्यांना विचारलं की शरीरच नाही तर मेंदूही नाही. तर भावभावना, विचार, आठवणी कुठल्या? तर

त्यांनी भासमय शरीराची एथरियल बॉडी ची कल्पना सांगितली.

मालतीबाई : मामांना तो तिसरीतल्या मुलाचा किस्सा सांगा ना–

रघुनाथराव : व्वा! फार भारी आहे. या ऋषींकडे एक नवरा–बायको आले होते. त्यांचा मुलगा, जो तिसरीत शिकत होता, तो अपघातात गेला होता. त्याच्या आईला हे सहनच होत नव्हते. ती सतत रडत होती. तर या ऋषींनी डोळे मिटले. एक तार जमिनीत खोचली आणि थेट स्वर्गात संवाद साधला. ऋषी म्हणाले, की काही काळजी करू नका. तुमच्या मुलाला स्वर्गातल्या चौथीत ॲडमिशन मिळालीय.

[सारे हसतात.]

वरेरकर : मग?

रघुनाथराव : मग मी ऋषींना विचारलं की स्वर्गात पुस्तकं, टाइमटेबल, अभ्यासक्रम वगैरे तोच आहे नं?

वरेरकर : मौज आहे मोठी. पण मग त्यांना सांगा या खेळात छत्रपती शिवरायांना बोलवा. संभाजीराजांना बोलवा.

रघुनाथराव : हो. बोलावलं ना!

वरेरकर : (आश्चर्याने) काय?

रघुनाथराव : हा खेळ त्यांनी पुण्यात गायकवाड वाड्यात केला. टिळकांना बोलावलं. आता प्रत्यक्ष लोकमान्य परत येऊन आपले प्रश्न सोडवणार असं लोकांना वाटलं हो.

वरेरकर : (कमालीच्या उत्सुकतेने) मग ?

रघुनाथराव : ऋषी तेव्हढे हुशार असावेत. मध्यस्थाला टिळकांच्या भाषेत कसं बोलता येणार म्हणून त्यांनी प्लॅन्चेट करून आणलंच नाही!

वरेरकर : आँ? आणि कारण काय सांगितलं जमलेल्या लोकांना?

रघुनाथराव	:	टिळकांच्या आत्म्याचा मूड नाही!
		[सारे हसतात.]
		चला बघू तरी. सारखे मागे लागले होते.
वरेरकर	:	चला... पण प्रोफेसर, हे ऋषी आत्ता सकाळी सकाळी खेळ सुरू करणार?
रघुनाथराव	:	दिवस असो की रात्र, आत्म्याच्या दृष्टीने अंधारच.
		[जायला निघतात. तोच इन्स्पेक्टर आचरेकर, कॉन्स्टेबल दारात हजर.]
इन्स्पेक्टर	:	नमस्कार.
मालतीबाई	:	(आश्चर्याने) नमस्कार. तुम्ही?
इन्स्पेक्टर	:	हो. यांना पुन्हा अटक करायचीय. इंडियन पीनल कोड २९२ अ...
मालतीबाई	:	तुम्ही इन्स्पेक्टर आचरेकरच ना?
इन्स्पेक्टर	:	होय.
मालतीबाई	:	म्हणजे तीन वर्षांपूर्वी तुम्हीच आला होता नं?
इन्स्पेक्टर	:	होय.
मालतीबाई	:	आता कशासाठी?
इन्स्पेक्टर	:	तेच अश्लीलता!
रघुनाथराव	:	कोणता लेख?
इन्स्पेक्टर	:	लेख नाही.
मालतीबाई	:	लेख नाही? मग?
इन्स्पेक्टर	:	पत्रव्यवहार!
रघुनाथराव	:	कोणता पत्रव्यवहार?
इन्स्पेक्टर	:	(कागद बघत) आज ८ फेब्रुवारी १९३४... डिसेंबर १९३३ सालच्या अंकातील पत्र क्र.३, ४, १२.
मालतीबाई	:	साध्या वाचकांच्या पत्रव्यवहारामुळे थेट अटक?
रघुनाथराव	:	(अंकाच्या गठ्ठ्याकडे वळत) डिसेंबरचा? पण त्यात कुठेय काही असं?
इन्स्पेक्टर	:	मराठी नाही. गुजराती 'समाजस्वास्थ्य'!
मालतीबाई	:	(कपाळावर हात मारत) कमाल आहे. गुजराती?

इन्स्पेक्टर : हो. तुम्ही लेखक. निमकर मुद्रक, प्रकाशक. त्यांनाही अटक करायचीय.

[रघुनाथराव अंक काढू लागतात.]

वरेरकर : इन्स्पेक्टर, ही मुस्कटदाबीच आहे.

[रघुनाथराव गठ्ठा आणतात.]

इन्स्पेक्टर : साहेब, मला कर्व्यांच्या मोठेपणाची जाणीव आहे. मॅडम, मागच्या केसमध्ये मी त्यांच्या भाषेच्या प्रौढपणाचा निर्वाळा कोर्टात दिला होता. (गठ्ठा हातात घेत.) या केसमुळे मी तुमचा अंक अतिशय नियमित घेऊ लागलो, वाचू लागलो. माझ्या कितीतरी प्रश्नांची उत्तरं मला 'समाजस्वास्थ्य'मधून मिळाली. दुर्दैव आहे की मला आता या उत्तरांसाठी अटक करावी लागतेय. पण सरकारदरबारी अक्कल गहाण पडलेली असते. (काही क्षण थांबून.) मी खाली थांबतो. आपण आवरून खाली या.

[दोघेही तसेच. काही क्षणानंतर...]

रघुनाथराव : मालती, पैसे...

मालतीबाई : (आतून येऊन पैसे देतात. गप्प) वाचकांच्या पत्राला उत्तर देणं हा गुन्हा?

[शांतता.]

तिकडे ते ऋषी वाट्टेल त्या प्रश्नांना चुकीची उत्तरं देणार आणि हे लोकांच्या प्रश्नांना शास्त्रीय भाषेत उत्तरं देणार. खटला कोणावर? यांच्यावर?

रघुनाथराव : मालती, शांत हो.

वरेरकर : मालतीबाई, जुनाट लोकांना यांची मतं समजणार नाहीत. कारण त्याकरिता विचार करावा लागतो आणि बुरसटलेल्या लोकांना विचार करण्याची परवानगी नसते. हा खटला तर सरकार नावाचा अतृप्त आत्मा भरतोय! तिकडे प्लॅन्चेटचा खेळ अन् इथं खटल्याचा खेळ!

रघुनाथराव : आणि दोन्हीतलं ठळक साम्य म्हणजे 'खोटेपणा'!

[शांतता.]

येतो.

[ते जातात. अंधार.]

[प्रकाशात रघुनाथराव पिंजऱ्यात.]

वकील : नाव?

रघुनाथराव : रघुनाथ धोंडो कर्वे.

वकील : वय?

रघुनाथराव : बावन्न.

न्यायाधीश : इंडियन पीनल कोड २९२ अ कलमानुसार डिसेंबर १९३३ च्या 'समाजस्वास्थ्य' या गुजराती मासिकातील प्रश्नोत्तरांवर अश्लीलतेचा खटला भरण्यात आला आहे. हा आरोप तुम्हाला कबूल आहे?

रघुनाथराव : नाही युवर ऑनर!

न्यायाधीश : तुम्हाला काही निवेदन द्यायचंय?

रघुनाथराव : हो. युवर ऑनर, कौटुंबिक स्वास्थ्य हा सामाजिक स्वास्थ्याचा पाया आहे. स्त्री-पुरुषांना एकमेकांच्या शरीरासंबंधी आणि समागमासंबंधी कमालीचे अज्ञान असतं. इतकंच नाही तर त्या विषयाचं ज्ञान नसणं, हे सोज्वळपणाचं लक्षण समजण्यात येतं. केवळ लैंगिक ज्ञान नाही तर सामाजिक वृत्तीच बदलणं या हेतूनं मी 'समाजस्वास्थ्य' हे मासिक काढलेलं आहे. प्रश्नोत्तरंही त्याचाच भाग आहेत.

वकील : हो. पण यामुळे लोक बिघडतात असं वाटत नाही?

रघुनाथराव : अजिबात नाही. अश्लीलतेचा कायदा इतका अनिश्चित आहे की व्हिटेकर पंचांग सोडून कशावरही अश्लीलतेचा आरोप ठेवता येऊ शकेल. अर्थात त्यातही मिथुन रास आहेच!

न्यायाधीश : ठीक. अशिलाचे वकील... डॉ. आंबेडकर-

डॉ. आंबेडकर : माझ्या अशिलाने समाजाला लैंगिक शिक्षण देणं का गरजेचं आहे याचं अत्यंत अभ्यासपूर्ण निवेदन न्यायासनासमोर

केलेलं आहे आणि ते अतिशय महत्त्वाचं आहे. मासिक काढण्याच्या उद्योगामागे पैसा कमावण्याचा त्यांचा हेतू कधीही नव्हता. लोकशिक्षणाचाच उद्देश होता. मासिक अजूनही नुकसानीतच सुरू आहे.

न्यायाधीश : ते अजूनही नुकसानीतच आहे आणि तरीही त्याची गुजराती आवृत्ती निघते?

डॉ. आंबेडकर : त्या आवृत्तीची आर्थिक जबाबदारी घेणारे निमकर यांनीही प्रतिज्ञापत्रात म्हटलंय की आवृत्ती फायद्यात नाही.

[न्यायाधीश मान हलवतात.]

माझ्या अशिलावर न्यायालयाची दिशाभूल करण्याचा आरोप होऊ शकत नाही. कारण मिलॉर्ड, ते वाचकांप्रति जबाबदार आहेत. अतिशय महत्त्वाची आणि दुर्मीळ गोष्ट मी इथं सांगू इच्छितो, ती अशी की मासिकाच्या सुरुवातीपासून वाचकांना वर्षाच्या शेवटी पैन्पैचा हिशोब ते देतात. कोर्टाने परवानगी दिल्यास मी हिशोबाचे अंक पुरावा म्हणून सादर करतो.

न्यायाधीश : ठीक. मी तुमचे म्हणणे ग्राह्य धरतो.

डॉ. आंबेडकर : धन्यवाद माय लॉर्ड, माझे दोन प्रमुख मुद्दे आहेत. त्यातील पहिला मुद्दा, माझ्या अशिलावर गुजराती आवृत्तीतल्या पत्र क्र. ३, ४, १२ मधील प्रश्नोत्तरांवर अश्लीलतेचा आरोप आहे. मिलॉर्ड, यात प्रश्नोत्तरांचा विचार एकत्रितपणे करण्यात यावा. प्रश्न वाचकांनी विचारले आहेत याचा हा पुरावा.

[ते वाचकांच्या पत्रांची पाकिटे सादर करतात.]

न्यायाधीश : पण हस्तमैथुन आणि समसंभोगाबाबत यात लिहिलंय.

डॉ. आंबेडकर : मिलॉर्ड, वाचकांनी काय प्रश्न विचारावेत हे आपण ठरवू शकत नाही.

न्यायाधीश : पण उत्तर द्यायचं की नाही ते तर ठरवू शकतो.

डॉ. आंबेडकर : मिलॉर्ड, या युक्तिवादापेक्षाही महत्त्वाचा मुद्दा हा की,

एका बाजूला नैसर्गिक भावभावना तर दुसऱ्या बाजूला नैतिकता-अनैतिकता या कोंडीत सापडलेला आपला समाज निदान आता प्रश्न तरी विचारतोय हे काही अंशी प्रगतीचं लक्षण आहे. माणसाच्या मनात स्वत:च्या मानसिक, शारीरिक आरोग्याविषयी अत्यंत खाजगी, व्यक्तिगत असे प्रश्न असतात, जे मनात खोलवर साचून राहिलेले असतात. त्यांची उत्तरं द्यायला आजूबाजूला कोणीच नसतं. मग हे लोक आपापली उत्तरं शोधतात, जी बऱ्याच वेळा चुकीची असतात. इथं प्रो. कर्वे या प्रश्नांना शास्त्रीय उत्तरं देऊन वाचकांच्या मनातील शंका दूर करतायत.

न्यायाधीश : त्या शंका नाहीत, विकृत भावना आहेत.

डॉ. आंबेडकर : हे जरी क्षणभर मान्य केलं तरी ती विकृती ज्या अज्ञानातून उगम पावली आहे, तिला उतारा ज्ञानाचाच असू शकतो.

न्यायाधीश : पण हे छापल्यामुळे ती विकृत विधानं इतर वाचकांपर्यंत पोचली नं. त्यात अनेक अनीतिग्रहणशील असतीलच.

डॉ. आंबेडकर : म्हणूनच युवर ऑनर, मला वाटतं की त्या प्रश्नांना माझ्या अशिलानं जी उत्तरं दिली ती कुमार्गाला नेणारी आहेत का हे तपासलं पाहिजे. तशी ती असतील तरच त्याच्यावर अश्लीलतेचा आरोप करता येईल.

न्यायाधीश : काही उत्तरं ही नक्कीच कुमार्गाला नेणारी आहेत. हस्तमैथुनाबद्दलचं उत्तर... समसंभोगाबद्दलचं मत.

डॉ. आंबेडकर : मिलॉर्ड, या प्रश्नोत्तरांचा काही भाग हा मुद्दाम मराठीत भाषांतरित केला आहे, जो मी इथे वाचून दाखवू इच्छितो. (पत्र वाचत) मी वीस वर्षांचा तरुण असून माझे महाविद्यालयीन शिक्षण सुरू आहे. मला स्त्रियांविषयी खूप आकर्षण वाटते आणि माझी स्त्री-समागमाची इच्छा खूप बळावली आहे. या कामवासनेने मला अतिशय त्रास होत असून हस्तमैथुन करावे की

नाही या संभ्रमात मी पडलेलो आहे. वीर्यनाश हा मृत्यू असतो का? हस्तमैथुन करून मी पाप करतो आहे का? असे प्रश्न विचारणे मला लज्जास्पद वाटते. (थांबून.) वाचकांनी विचारलेल्या या प्रश्नांवर प्रो. कर्वे यांनी दिलेले हे उत्तर : (वाचत) वीस वर्षांच्या मनुष्याने यासंबंधी प्रश्न विचारणे यात काही लज्जास्पद नाही आणि धारिष्ट्याचेही नाही. स्त्री-समागमाची इच्छा वाढली आहे हे सुचिन्हच आहे. कामवासना ही नैसर्गिक आहे. ही प्रेरणा दाबून ठेवणे कोणासही अशक्य आहे. 'वीर्यनाश हा मृत्यू' किंवा 'हस्तमैथुन हे पाप' या सर्व भाकड कल्पना आहेत. उलट सद्यः स्थितीत तोच योग्य मार्ग आहे. आणि हस्तमैथुनाने कसलेही नुकसान होत नाही. मात्र अतिरेक टाळावा. (थांबून) पुढील पत्रात समसंभोगाविषयी विचारलं आहे. पण त्यावर कर्व्यांनी काहीही मत व्यक्त केलेलं नाही. पण एखाद्या व्यक्तीला त्यानंच आनंद मिळत असेल तर त्याला तो मिळवण्याचा हक्क आहे इतकंच म्हटलंय.

न्यायाधीश : म्हणजे हे उत्तेजन नाहीये का?

डॉ. आंबेडकर : फक्त अपराध किंवा पाप नाही इतकंच म्हटलंय.

न्यायाधीश : म्हणजे काहीच हरकत नाही.

डॉ. आंबेडकर : जन्मतःच काहींना जर समलिंगी आकर्षण असेल तर–

न्यायाधीश : असं काही नसतं!

डॉ. आंबेडकर : तज्ज्ञांचं असंच मत आहे. हॅवलॉक एलिस यांचे ग्रंथ पहा. (टेबलावरचा ग्रंथ उचलून दाखवत.)
एलिस यांनी स्टडीज इन सायकॉलॉजी ऑफ सेक्स नावाचे सात ग्रंथ लिहिले आहेत. पहिल्या ग्रंथावर बंदी आल्यावर इतर ग्रंथ अमेरिकेत प्रसिद्ध केले. त्यांचं सुरुवातीचं लिखाण समलिंगी संबंधावरच आहे.

न्यायाधीश : बघू. (ग्रंथ हातात घेतात.)
या विषयावरचा हा शेवटचा शब्द आहे?

डॉ. आंबेडकर : लैंगिक वर्तनावरचा शेवटचा शब्द लिहिला जायला बरीच वर्षं आहेत. आता तर कुठं सुरुवात होतेय. आणि असे आणखी काही खटले जर भरले गेले तर मिलॉर्ड, लोक लैंगिकता... शरीरशास्त्र... अशा विषयांवर लिहायलाच घाबरतील. (हसून) हॅवलॉक एलिस यांचे हे ग्रंथ मला मिलॉर्ड, नामदार गोपाळ कृष्ण गोखलेंच्या 'सर्व्हंट्स ऑफ इंडिया सोसायटी'च्या लायब्ररीमधून मिळाले. लक्षात घ्या, ते वाचनालय फक्त वैद्यकीय विद्यार्थ्यांसाठी नसून सामान्य वाचकांसाठीही खुलं आहे. तिथं कोणालाही ते विषय वाचता येतात तर मराठी किंवा गुजराती 'समाजस्वास्थ्या'त का वाचता येऊ नये? न्यायाधीशमहाराज, माझा मुद्दा हा आहे की फक्त लिखाणात एखादा विषय आहे म्हणून ते अश्लील मानलं जाऊ नये. शेवटी प्रश्न भाषेचा आहे. या खटल्यातही भाषेवर कोणताही आक्षेप नोंदवला गेला नसल्यामुळे माझी विनंती आहे की आरोपीला निर्दोष मुक्त करण्यात यावं.

न्यायाधीश : एलिस यांची आणखी काही पुस्तकं आहेत काय?

डॉ. आंबेडकर : हो मिलॉर्ड. (पुस्तके देतात.)
आणखी एक विनंती आहे मिलॉर्ड.
[न्यायाधीश मान हलवतात.]
मागच्या खटल्यानंतर 'समाजस्वास्थ्य'चे मराठीत चौदा आणि गुजरातीत बारा असे सव्वीस अंक निघाले. प्रत्येक अंक चाळीस पानांचा म्हणजे गेल्या वर्षभरात जवळ जवळ एक हजारापेक्षा अधिक पानांचे लेख, कथा, कविता, समीक्षा, परीक्षणं असा मजकूर 'समाजस्वास्थ्य'मध्ये छापून आला आहे. त्यातल्या फक्त प्रश्नोत्तरांवर आक्षेप घेता आला. याची न्यायासनानं नोंद घ्यावी.

न्यायाधीश : म्हणजे तुमचं म्हणणं आहे की आरोपी सुधारलाय?

डॉ. आंबेडकर : अजिबात नाही. प्रयत्न करूनही फिर्यादी पक्षाला आक्षेपार्ह मजकूर मिळू शकलेला नाही.

कारकून : निकालाची तारीख २४ एप्रिल १९३४.

[न्यायाधीश उठून जातात. डॉ. आंबेडकर आणि कर्वे एकमेकांकडे पाहतात. हस्तांदोलन करतात. अंधार. अंधारातच टेबलावर हातोडा ठोकल्याचा आवाज. इंद्रवदन मेहता निकाल वाचत आहेत.]

न्यायाधीश : आरोपीने हस्तमैथुन, समसंभोग या विषयावरील विकृत प्रश्न छापणे आवश्यक नव्हते किंवा त्यांना उत्तरे देण्याचीही गरज नव्हती. त्याला त्या प्रश्नांकडे सहजच दुर्लक्ष करता आले असते. परंतु मागच्या खटल्यात शिक्षा सुनावली गेल्यानंतरही त्याच्या वर्तनात कोणतीही सुधारणा झालेली नाही. अद्याप अश्लील लिखाण करण्याची आणि समाजाला धक्का देण्याची त्याची खुमखुमी जिरली नाही. म्हणून आरोपीवर अश्लील लिखाणाचा आणि श्री. निमकर यांच्यावर अश्लील प्रकाशनाचा गुन्हा सिद्ध होत असून श्रीयुत कर्वे यांना रु. २०० इतका दंड व तो न दिल्यास तीन आठवडे सक्तमजुरी आणि श्रीयुत निमकर यांस रु. १०० दंड व तो न दिल्यास दोन आठवडे सक्तमजुरी अशी शिक्षा ठोठावण्यात येत आहे.

डॉ. आंबेडकर : न्यायालयाला विनंती आहे की आरोपी श्रीयुत कर्वे यांचा दंड एक रुपयाने वाढवावा. रु. २०० ऐवजी २०१ करावा.

न्यायाधीश : विनंती फेटाळण्यात येत आहे.

डॉ. आंबेडकर : रु.२००च्या वर दंड असल्यास आरोपीला फेरनिर्णयासाठी उच्च न्यायालयात जाता येईल. म्हणून मी पुन्हा एकदा विनंती करतो की –

न्यायाधीश : विनंती फेटाळण्यात येत आहे. मात्र दंडाची रक्कम आरोपी श्रीयुत कर्वे हे दोन हप्त्यांत देऊ शकतात.

[न्यायाधीश उठून जातात. डॉ. आंबेडकर आणि रघुनाथराव समोरासमोर येतात.]

डॉ. आंबेडकर : प्रोफेसर कर्वे, 'समाजस्वास्थ्या'वर तुम्ही छापता तो मजकूर खराच आहे. 'अश्लीलता हा कोणत्याही लेखाचा, चित्राचा किंवा इतर वस्तूचा गुण नसून तो फक्त तसा आरोप करणाऱ्याच्या मेंदूचा गुण होय,' असं लिहिता ते पटलं मला आज!

रघुनाथराव : धन्यवाद.

[दोघे हस्तांदोलन करत असतानाच अंधार. अंधारात शब्द ऐकू येतात. मुंबई राज्याचे मुख्यमंत्री बाळासाहेब खेर शपथ घेत आहेत.]

खेर : मी, बाळ गंगाधर खेर, गव्हर्नमेंट ऑफ इंडिया ॲक्ट १९३५ नुसार अस्तित्वात आलेल्या मुंबई राज्याचा मुख्यमंत्री म्हणून शपथ घेतो की, राज्याची शांतता व सुव्यवस्था कायम ठेवीन आणि नागरिकांच्या सर्वांगीण कल्याणासाठी कटिबद्ध राहीन. धन्यवाद.

[टाळ्या पडतात. 'वैष्णव जन तो तेणे कहीये' ऐकू येते.]

[रघुनाथरावांचे घर.]

वरेरकर : रघुनाथराव, अहो, रघुनाथराव –

रघुनाथराव : (आतून येतात.) कोण? मामा? बसा. आता अचानक असे?

वरेरकर : मी रागावलो आहे तुमच्यावर.

रघुनाथराव : काय झालं?

वरेरकर : अहो, काय आरंभलंय तुम्ही?

मालतीबाई : का? काय झालं?

वरेरकर : काय झालं? कालच्या सभेत हे काय बोलले?

मालतीबाई : संततिनियमन हे आरोग्याला आवश्यक आहे...

वरेरकर : हो पण टीका कोणावर होती? थेट गांधीजींवर? बापूंवर? पक्षाच्या कार्यालयात वातावरण तापलंय.

लोक तुम्हाला धडा शिकवण्याची भाषा बोलतायत!

मालतीबाई : गांधीजींविरुद्ध सभा नव्हती. आरोग्यमंत्री डॉ. गिल्डर... त्यांच्याविरुद्ध सभा होती. ते संततिनियमनाचे मूळचे समर्थक, पण आरोग्यमंत्रिपद टिकवण्यासाठी त्यांनी कोलांटीउडी मारली. विचारांशी फारकत घेतली.

रघुनाथराव : अहो, काय वाट्टेल ते बोलतायत ते. जास्त मुलं होऊ देण्याचं समर्थन करतायत.

मालतीबाई : परवा म्हणाले की नेपोलियन अकरावा मुलगा आणि कृष्ण आठवा. कर्तबगार पिढी हवी असेल तर नियमन काही उपयोगाचं नाही, असं म्हणाले गिल्डर!

रघुनाथराव : संततिनियमनाचं विधेयक काँग्रेसने आणणं अपेक्षित होतं. ते तर त्यांनी केलं नाहीच, पण डॉक्टर आंबेडकरांच्या पक्षाने आणलेल्या बिनसरकारी विधेयकालाही विरोध केला आणि आत्मसंयमन करायचा सल्ला गिल्डर लोकांना देऊ लागले.

वरेरकर : हो, पण ब्रह्मचर्य पाळून नियमन करावं ही मुळात गांधीजींची भाषा म्हणून तुम्ही गांधीजींवर घसरलात.

रघुनाथराव : मामा, मी आजपर्यंत कधीही गांधीजींचा एकेरी उल्लेख केलेला नाही. माझं म्हणणं इतकंच आहे की संततिनियमनाचा प्रश्न केवळ मनाचा संयम पाळून सुटणं शक्य नाही. मी एवढंच म्हटलं की गांधीजींसारख्या महात्म्याला वयाची पस्तीस वर्षं होईपर्यंत संयम पाळता आला नसेल तर सामान्य माणूस तो कसा पाळू शकेल?

वरेरकर : सगळं मान्य आहे, पण लगेच हे बोलायलाच हवं का? बापूंवर टीका केली की माणसं दुरावतात. ती विवेकी विचार करू शकत नाहीत.

रघुनाथराव : मामा, गिल्डरांनी आपली भूमिका का बदलली? गांधीजी नाराज होतील म्हणूनच की नाही?

वरेरकर : तुमचं म्हणणं काय आहे? गांधीजींनी त्यांना तुमच्या

संततिनियमन साधनांविरुद्ध बोलण्याचा आदेश दिला?

रघुनाथराव : ते कशाला देतील? गिल्डर काय भूमिका घेतायत याची गांधीजींना कल्पनाही नसेल.

वरेरकर : मग?

रघुनाथराव : वरिष्ठांच्या नजरेची दिशा पाहून नौका वळवण्याची रीत आहे ना आपल्याकडे?

वरेरकर : गांधीजी पक्षाचे चार आणे सदस्यही नाहीत.

रघुनाथराव : पण काँग्रेस म्हणजे गांधीजी असं समीकरणच आहे नं? गिल्डरांची काय प्राज्ञा आहे त्यांचं मत धुडकावण्याची!

वरेरकर : सगळ्याची फार घाई होते, रघुनाथराव. हे आपलं मुंबई प्रांताचं पहिलं सरकार आहे. देशाचं स्वातंत्र्य अजून बरंच दूर आहे.

रघुनाथराव : पण प्रांतीय पातळीवर आपलंच सरकार आहे ना? उद्या लोकसंख्येचा प्रश्न याच सरकारला सोडवावा लागणार आहे ना? मग त्याने त्याच दिशेने पावलं उचलायला नकोत?

[तेवढ्यात दारात तीन माणसे येतात.]

पहिला : आत येऊ का?

मालतीबाई : आपण?

[शांतता]

पहिला : (कर्वेंना) कालच्या सभेत आपण काय बोललात?

रघुनाथराव : काय?

दुसरा : बा–बापूंबद्दल?

[शांतता]

पहिला : बोला नं काय बोललात आमच्या बापूंबद्दल?

[रघुनाथराव न बोलता पुस्तक काढतात.]

रघुनाथराव : हे गांधीजींचं आत्मचरित्र आहे. आत्मचरित्र म्हणजे काय ते कळतंय ना? त्यांनीच लिहिलंय स्वत:बद्दल. वाचून दाखवू?

तिसरा : वाचून काय दाखवता? एका संताचं चरित्र आहे ते. त्याने आपल्या आधीच्या आयुष्याची कबुली दिलीय. त्यातली विधानं विकृत करून काय वापरता?

पहिला : तुम्हाला त्यांच्या सगळ्या चरित्रातून हेच दिसलं? गांधीजींना वडिलांच्या जागी मानून हजारो स्त्रिया चळवळीत आल्या ते नाही दिसलं?

दुसरा : मित्रा, ज्याला जे हवं असतं तेच दिसतं. आश्चर्य म्हणजे हे धोंडो केशव कर्व्यांचे पुत्र. त्यांनी विधवांना शिक्षण देण्यासाठी हयात घालवली आणि हे त्यांना संततिनियमनाची साधनं देणार म्हणतात.

पहिला : विधवांना आणि कुमारिकांना?

रघुनाथराव : हो.

दुसरा : देश स्वातंत्र्यासाठी लढतोय. कुणी कामगारांच्या हक्कांसाठी झगडतंय आणि हे लैंगिक स्वातंत्र्यासाठी गळे काढतायत.

वरेरकर : हे खरं नाही. यांनाही राजकीय स्वातंत्र्य महत्त्वाचं वाटतं. पण स्वातंत्र्य ही तुकड्यातुकड्यांनी मिळवण्याची गोष्ट नाही. माझ्या आयुष्यासंबंधी निर्णय घेण्याचा मला अधिकार असणं म्हणजे स्वातंत्र्य! ते जसं राजकीय क्षेत्रात हवं तसं मुलं किती असावीत याही बाबतीत हवं.

पहिला : तुम्ही भाषण नका ठोकू.

वरेरकर : तुम्हाला यांची लाज वाटत असली तरी यांचे वडील धोंडो केशव कर्वे यांना वाटत नाही. आणि महात्माजींशी तर त्यांचा आत्तासुद्धा या विषयावर पत्रव्यवहार सुरू आहे.

दुसरा : तो बापूंचा मोठेपणा. विरोधकांची बाजू समजून घेणं हे त्यांचं ब्रीदवाक्यच आहे.

वरेरकर : आणि तुमचं ब्रीदवाक्य काय आहे? आपलंच म्हणणं रेटत राहणं?

तिसरा : मामासाहेब, सांभाळून. तुम्हालाही आमच्याबरोबर पक्षात राहायचंय.

पहिला : आणि कर्वे, कधी तुम्ही देवाबद्दल, कधी बापूंबद्दल असे उद्गार काढणार. जपून. काय होईल सांगता येणार नाही.

रघुनाथराव : ही धमकी समजू का मी?

दुसरा : वस्तुस्थितीची जाणीव! काळजी घ्या. चला रे.
[ते सगळे धडधड करीत निघून जातात. शांतता. अचानक इन्स्पेक्टर येतो. हा वेगळा आहे.]

इन्स्पेक्टर : रघुनाथ धोंडो कर्वे?

रघुनाथराव : होय.

इन्स्पेक्टर : 'समाजस्वास्थ्य' मासिकाचे आपण संपादक?

रघुनाथराव : होय. आरोप काय सांगा.

इन्स्पेक्टर : आज ५ एप्रिल १९३९. इंडियन पीनल कोडच्या २९२च्या कलमानुसार आपल्यावर अश्लीलतेचा आरोप ठेवण्यात आला आहे.

मालतीबाई : आता काय हुडकून काढलंय?

इन्स्पेक्टर : जाहिरात! सप्टेंबरच्या अंकातली!

मालतीबाई : जाहिरात?

इन्स्पेक्टर : हं.

वरेरकर : लेख नाही, सल्ला नाही, प्रश्नोत्तरं नाहीत. फक्त जाहिरात?

इन्स्पेक्टर : त्यातला एक शब्द फक्त!

मालतीबाई : कुठला तो?

इन्स्पेक्टर : 'अप्राकृतिक संभोग'!

वरेरकर : एका शब्दाकरता खटला?

इन्स्पेक्टर : चला. आपल्याला पोलीस ठाण्यावर न्यायला मी आलो आहे. मी खाली थांबतो. आपण या.

मालतीबाई : आता?

रघुनाथराव : आता काय! आता ही तिसरी केस मीच लढेन.

वरेरकर : तुम्ही स्वत:च?

रघुनाथराव : दोन्ही वकील झुंजले तरीही शिक्षा झालीच. पैसे गेले. दंडही झाला. कफल्लक व्हायची वेळ आलेय. आता आणखी काय नुकसान होणार आहे? फक्त एका शब्दाकरता खटला?

[ते निघतात. अंधार. न्यायालय. रघुनाथराव वाट पाहत बसले आहेत. पट्टेवाला येतो.]

पट्टेवाला : तुम्हालाच शोधतोय. आज न्यायालयाचं कामकाज चालणार नाही. पुढची तारीख १८ एप्रिल १९४०.

[रघुनाथराव उठतात. अंधार. लगेच प्रकाश.]

पट्टेवाला : जादा मॅजिस्ट्रेटच्या जागेवर बरोडावाला आलेत. खंबाटा मॅजिस्ट्रेटकडून केस त्यांच्याकडे वर्ग. पुढची तारीख २ मे १९४०.

[रघुनाथराव उसासा सोडतात. अंधार. लगेच प्रकाश.]

पट्टेवाला : कोर्टाला आज वेळ नाही. पुढची तारीख ६ जून १९४०.

[रघुनाथराव थकून बसून राहतात. अंधार. लगेच प्रकाश.]

पट्टेवाला : केस मॅजिस्ट्रेट बाबरेकरांकडे वर्ग. पुढची तारीख...

रघुनाथराव : इथल्या डासांचं काय करता येईल बघा. इथली घाण, डास...

पट्टेवाला : हिंसाचाराची केस करा. मग बघू.

रघुनाथराव : डासांवर...

पट्टेवाला : चावणाऱ्या डासांवर कोर्टाला काही करता येणार नाही. पुढची तारीख १२ जून १९४०.

[अंधार. घर. सायंकाळ. मालतीबाई पलंगावर झोपलेल्या. जवळच रघुनाथराव. शेजारी वरेरकर बसलेले आहेत. रेडिओवर चळवळीच्या बातम्या ऐकू येतात. रघुनाथराव रेडिओ बंद करतात.]

वरेरकर : काय म्हणतायत डॉक्टर?

रघुनाथराव : हं, ठीक आहे...
[ते मालतीबाईंना पाणी देतात.]

मालतीबाई : कोर्टकचेऱ्या चालू होत्या, म्हटलं मी काही मदत करीन, पण दिवसेंदिवस मीच अवलंबून राहतेय.
[त्यांच्या डोळ्यात पाणी.]

रघुनाथराव : मालती... पाणी नाही काढायचं. करायचं तेव्हा भरपूर केलंस. आता ताठ मानेने करून घ्यायचं!

मालतीबाई : मामा, कितीतरी नेते वगैरे भूमिगत आहेत. उद्या त्यांना अटक झाली तरी वाईट वाटणार नाही. त्यांच्या शौर्याचं किती कौतुक होतंय.

वरेरकर : हो खरंय.

मालतीबाई : आणि हे समाजाचं आरोग्य सुधारावं याकरता किती कष्ट घेतायत. पण त्याची कुठे कुणाला जाणीवच नाही.

वरेरकर : असं कसं म्हणत्येस? यांचाही चाहतावर्ग आहेच की!

मालतीबाई : सारखे आरोप लावायचे. यांना कोर्टात उभं करायचं...

रघुनाथराव : मालती...

मालतीबाई : जे समाजाच्या प्रगतीत अडथळा ठरतात, ज्यांना संततिनियमनाचं आणि लैंगिक शिक्षणाचं महत्त्व कळत नाही त्यांच्यावर केसेस झाल्या पाहिजेत ना? तर ते नाही. यांनाच पिंजऱ्यात उभं करतायत!

वरेरकर : अगदी खरंय!

मालतीबाई : आता दवाखान्यात एकजण विचारतो, तुम्हाला आजार कसा झाला? मुलं होऊ दिली नाहीत म्हणून असं झालं का? मग परत आपण सांगा, की हा 'पर्निसियस ॲनिमिया' आहे. शरीरात आयर्न शोषलं न गेल्यामुळे हा होतो. याचा मूल न होण्याशी संबंध नाही. बाळंतपणं झाली असती तर आधीच गेले असते!

रघुनाथराव : (रघुनाथराव मालतीला थोपटतात. मग मामांना) मामा, आज कसे आलात?

वरेरकर : एक चांगली बातमी घेऊन आलो.

मालतीबाई : काय?

वरेरकर : सरकारने यांना दहाच पानाचं 'समाजस्वास्थ्य' काढण्याची परवानगी दिली होती नं?

मालतीबाई : मग?

वरेरकर : फार नाही पण सोळा पानांची परवानगी मिळाली आपल्याला. हे घ्या पत्र. तो कागद वितरण अधिकारी महायुद्धाचं, कागद टंचाईचं कारण सांगू लागला. मी म्हटलं की रघुनाथराव सैनिकच आहेत आमचे. आरोग्य सैनिक!

रघुनाथराव : चांगल झालं. नाहीतर मी प्रकाशन स्थगितच ठेवणार होतो.

वरेरकर : तेव्हा आता ते जोमात सुरू राहू द्या. अरे हो, महाजनी भेटले होते. परवाच्या संमेलनात फॅसिझमविरुद्ध ठराव आणतो म्हणाले.

रघुनाथराव : आपण पाठिंबा देऊ.

वरेरकर : पण काही साहित्यिकांना वाटतंय हिटलरविरुद्ध ठराव का करायचा?

रघुनाथराव : का म्हणजे?

वरेरकर : इंग्रज आपले शत्रू. हिटलर त्यांचा शत्रू. आपल्या शत्रूचा शत्रू तो आपला मित्र नाही का?

रघुनाथराव : आपण इंग्रजांना नाही, विवेकवाद्यांना पाठिंबा देणार आहोत. अत्यंत क्रूर आहे हिटलर. माणूस म्हणवण्याच्याही लायकीचा नाही. आणि लेखकाच्या दृष्टीने माणूस महत्त्वाचा. त्याचं जगणं आणि सन्मान महत्त्वाचा.

वरेरकर : लोक म्हणतात तो देशभक्त आहे.

रघुनाथराव : बघा, त्याची देशभक्ती जर्मनीला कुठं नेतेयं ती!

वरेरकर : मग मांडू द्यायचा ठराव?

रघुनाथराव : शंकाच नको.

वरेरकर : ठीक. मग निघू? उद्या भेटूच. मालतीबाई, मी तुमच्या

नवऱ्याला 'समाजस्वास्थ्य'साठी कागद दिला आणि त्याने मला वैचारिक बैठक दिली. येतो. रघुनाथराव, उद्या कोर्टात भेटतो.

[ते जातात.]

मालतीबाई : मामा उद्या कोर्टात येणार आहेत?

रघुनाथराव : केसचा निकाल आहे उद्या.

मालतीबाई : मला माझी नाही काळजी वाटत. मला हवं ते सगळं मिळालंय. अण्णांचे संस्कार झाले. चांगलं काम करता आलं. चांगल्या लोकांमध्ये वावरता आलं. तुम्हीसुद्धा किती प्रेमाने मला आधार देत सभा–संमेलनांना घेऊन गेलात. पण आता काळजी वाटते. एकीकडे हे न्यायालय आणि दुसरीकडे ते संस्कृतिरक्षक. तुमचं कसं होईल?

रघुनाथराव : तुला माहितीय. माझं तत्त्व आहे. काळजी करू नये. जे येईल त्याला सामोरं जावं.

मालतीबाई : मला माहितीय तुम्ही शेवटपर्यंत उभे राहाल. पण मी थकलेय नं. सगळ्याला पूर्णविराम मिळाला असता तर शांतपणे जाता आलं असतं!

रघुनाथराव : पण मालती, परिस्थिती बदलतेय... बदलणार आहे... लोक मोकळेपणाने बोलायला लागलेयत. मुंबईत आणि बाहेर संततिनियमनाची सरकारी... (क्षणभर थांबून) मालती...

[मालतीबाई ग्लानीत...]

मालतीबाई : (काहीबाई पुटपुटत) स्वातंत्र्य... विचार... खटला...

रघुनाथराव : शांत हो... पड आता जरा.

[तिला निजवतात. तिच्याकडे पाहत असताना अंधार.]

[इथे आता न्यायालय दिसत नाही. फक्त रघुनाथराव. बाकी आवाज ध्वनिमुद्रित.]

वकील : नाव?

रघुनाथराव : रघुनाथ धोंडो कर्वे!

वकील : वय?

रघुनाथराव : अठ्ठावन्न!

न्यायाधीश : इंडियन पीनल कोडच्या २९२ व्या कलमानुसार आपल्या 'समाजस्वास्थ्य' मासिकाच्या सप्टेंबर १९३८च्या अंकातील 'कामकला' या पुस्तकाच्या जाहिरातीवरून आपल्यावर अश्लीलतेचा आरोप ठेवण्यात आला आहे. आपल्याला हा आरोप कबूल आहे?

रघुनाथराव : नाही युवर ऑनर!

न्यायाधीश : आपल्याला वकील द्यायचाय?

रघुनाथराव : नाही मिलॉर्ड. माझे निवेदन मी देऊ इच्छितो.

न्यायाधीश : ठीक.

रघुनाथराव : 'समाजस्वास्थ्य'च्या अंकातील 'कामकला' या पुस्तकाची ही जाहिरात. आणि या 'ज्ञानप्रकाश' आणि 'लोकशक्ती'मधील जाहिराती मला न्यायालयासमोर वाचायच्या आहेत. त्यांच्या जाहिरातीत 'अनैसर्गिक संभोग' असा शब्द आहे. तर आमच्या जाहिरातीत 'अप्राकृतिक संभोग' असा शब्द आहे. पण खटला फक्त आमच्यावर भरला गेला आहे. याची कारणं दोन असावीत. 'ज्ञानप्रकाश' हे 'सर्व्हंट्स ऑफ इंडिया' नामक सन्मान्य संस्थेचं मुखपत्र आहे. आणि 'लोकशक्ती' हे काँग्रेसच्या एका प्रमुख सभासदाच्या मालकीचं आहे. त्यातील जाहिराती आकाराने मोठ्या आणि अनेक दिवस येतायत. आणि आमच्या अंकातील तीन ओळींची जाहिरात तेवढी आक्षेपार्ह? यातला अन्याय स्पष्टच आहे. मिलॉर्ड, 'अप्राकृतिक संभोग' याव्यतिरिक्त त्या जाहिरातीत काही अश्लील नाही. तसंच तो शब्द संस्कृतप्रचुरतेमुळे सामान्य वाचकाला कळण्यासारखा नाही. तर मग या जाहिरातीला अश्लील म्हणून माझ्यावर खटला का भरला गेलाय? अश्लीलतेची नेमकी व्याख्याच नसल्यामुळे नग्नता म्हणजे अश्लीलता, स्त्री-पुरुषसंबंधांविषयी काहीही लिहिणं म्हणजे अश्लीलता,

संततिनियमनाची माहिती देणं म्हणजे अश्लीलता असं कितीतरी काळ मानलं गेलं. या संदर्भातली एक गंमत सांगण्यासारखी आहे. अश्लीलतेसंबंधी चर्चा सुरू झाल्यावर ग्रीक देवतांच्या इंद्रियांच्या जागी झाडाचं पान काढण्याची सुरुवात झाली. पुढे त्या विशिष्ट झाडाचं पान दिसलं की लोकांना लिंगाची आठवण होऊ लागली! इथल्या संस्कृतिरक्षकांनी तर कहरच केला. मासिकाच्या मुखपृष्ठावर झाशीच्या राणीचं किंवा मुलाला दूध पाजणाऱ्या मातेचं चित्र असावं असं म्हणण्यापर्यंत त्यांची मजल गेली.

मिलॉर्ड, शृंगार हा नवरसातला पहिला रस असेल तर त्याचं चित्रण करण्याला अश्लील कसं म्हणता येईल? खरंतर ज्या क्रियेमुळे आपल्या सर्वांची उत्पत्ती झाली ती क्रिया, ज्यामुळे ती झाली ती इंद्रिये, मुलाचं पोषण करणारे स्तन अश्लील कसे असतील? एका ख्रिश्चन संताने – सेंट क्लेमेंट ऑफ ॲलेक्झांड्रियाने – म्हटलंय की जे अवयव निर्माण करायला ईश्वराला लाज वाटली नाही त्याचा उच्चार करायची मला का लाज वाटावी?

शेवटी एका गंभीर प्रवृत्तीकडे निर्देश करून न्यायाधीशमहाराज, मी थांबतो. स्त्री-पुरुषसंबंधांमध्ये मोकळेपणा असावा, असं प्रतिपादन करणारा माझा लेख, सआदत हसन मंटोची 'बू'सारखी कथा किंवा ईस्मत चुगताई यांच्या कथांवरही असेच वाद सुरू झालेत. समाजातल्या खुलेपणाला, सत्याच्या दर्शनाला, नव्या मतांना दडपून टाकण्यासाठी कायद्याचा असा अवांछित उपयोग झाल्यास संबंधित व्यक्तींवर तर अन्याय होतोच पण समाजाची प्रगती खुंटण्याचाही धोका निर्माण होतो हे मी इथं नमूद करू इच्छितो.

कारकून : खटल्याचा निकाल २४ जून १९४०.

[अंधार होत जातो.]

[अंधारात 'रघुनाथ धोंडो कर्वे' अशी हाळी. मग न्यायाधीशाचा फक्त आवाज.]

न्यायाधीश : आज २४ जून १९४०. आक्षिप्त मजकूर म्हणजे 'कामकला' नावाच्या पुस्तकाची तीन ओळींची जाहिरात सप्टेंबर १९३८च्या 'समाजस्वास्थ्य'च्या अंकात छापलेली आहे. आरोपीने दिलेले निवेदन लक्षात घेता आरोपीने जाणीवपूर्वक गुन्हा केल्याचे सिद्ध होत नाही. म्हणून मी आरोपी रघुनाथ धोंडो कर्वे यांस संशयाचा फायदा देऊन आरोपातून मुक्त करतो.

[यानंतर टाळ्यांचा कडकडाट होतो.]

[रघुनाथराव पुन्हा बोलू लागतात.]

रघुनाथराव : व्यक्त केल्या जाणाऱ्या प्रत्येक मतातून सत्याचं दर्शन घडावं; ते मत धारदार, कधीही न गंजणाऱ्या शस्त्रासारखं तेजस्वी असावं याची मी सदोदित काळजी घेतली आहे. पण अनेकदा अनेकांना ते सत्य सोयीचं नसतं. बऱ्याच जणांना त्यामुळे समाजाची घडी विस्कटण्याची भीती वाटते आणि मग अस्वास्थ्य चालेल पण औषध नको अशी त्यांची धारणा होऊन जाते.

माझ्यावर आत्तापर्यंत तीन खटले झाले. माझं लिखाण कधीच अश्लील नव्हतं. ते तसं नाही हे विरोधकांनाही पक्कं माहीत होतं. तरी त्यांना ते थांबवायचं होतं. जमलं तर 'समाजस्वास्थ्य' बंद करायचं होतं. कारण मी जे प्रश्न मांडत होतो – खरंतर ते माझे प्रश्न नव्हते – काळाने उपस्थित केलेले ते प्रश्न होते. त्यांची उत्तरं विरोधकांकडे नव्हती. आणि उत्तरं दिल्याशिवाय पुढे तर जाता येत नव्हतं. मग प्रश्न लोकसंख्येचा असो, स्त्री-स्वातंत्र्याचा असो की स्त्री-पुरुषसंबंधांमधल्या मोकळेपणाचा असो. प्रगतीला विरोध करून कसं चालेल? उजेडाला विरोध करून कसं भागेल? अंधारातून उजेडात आल्यावर डोळे दिपतात म्हणून

डोळे मिटूनच जगणार का? उजेडाचे सवय करायला नको?

[संगीत सुरू होतं.]

रघुनाथराव : सर्वे भवन्तु सुखिनः। सर्वे सन्तु निरामयाः ।
सर्वे भद्राणि पश्यन्तु। मा कश्चित् दुःखभाग् भवेत् ।।

[रघुनाथराव आरोपीच्या पिंजऱ्यातून बाहेर जातात.]

[मागून शब्द येतात.]

निवेदन : १४ ऑक्टोबर १९५३ ला रघुनाथरावांना मरण आले. त्यानंतर काही महिन्यांनी 'समाजस्वास्थ्य'मधील एका लेखमालेसाठी सरकारने त्यांच्यावर खटला भरण्याची तयारी चालवली. मृत्यू पावलेल्या व्यक्तीवर शासनाने खटला भरण्याची ही कदाचित एकमेव घटना!

[आरोपीच्या पिंजऱ्यावर काही काळ प्रकाश आणि मग अंधार]

[पडदा]

वैचारिक जळमटे दूर होण्यासाठी...

कुमार केतकर

रघुनाथ धोंडो कर्वे यांची एकशे छत्तीसावी जयंती १४ जानेवारी २०१८ रोजी झाली. त्यांच्या क्रांतीकारक 'समाजस्वास्थ्य' नियतकालिकाला जुलै २०१८ मध्ये नव्वद वर्षे पूर्ण झालेली असतील. म्हणजे लौकिक अर्थाने जवळ जवळ पाच पिढ्यांपूर्वी 'रधों' यांनी त्यांच्या ध्यासपर्वाची सुरुवात केली. हा कालसंदर्भ घेतला तर ते युरोप-अमेरिकेतील प्रगत विचारवंतांच्या समकालीन आणि खरे तर त्यांच्याही पुढे होते.

'समाजस्वास्थ्य' जुलै १९२७ मध्ये सुरू झाले. बर्ट्रांड रसेल यांचे 'मॅरेज अ‍ॅन्ड मॉरल्स' १९२९ मध्ये प्रसिद्ध झाले. परंतु लैंगिक समस्या वा तत्संबंधी संशोधन आणि वाद त्याच्याही अगोदर सुरू झाले होते. सिग्मंड फ्रॉईड यांचे 'एसेज् ऑन सेक्शुअ‍ॅलीटी' १९०५ मध्ये प्रसिद्ध झाले होते. फ्रॉईडची व्यक्तिगत अवहेलना आणि त्याबद्दलचे प्रक्षोभक वाद, त्याच्याही अगोदर ऑस्कर वाईल्डला १८९५ मध्येच समलिंगी संभोगाच्या गुन्ह्यासाठी दोन वर्षे सक्तमजुरीची शिक्षा झाली होती. 'अनैसर्गिक लैंगिक संबंध' व त्याचे अश्लाघ्य समर्थन, अश्लीलता आणि बीभत्सतेचा साहित्यिक प्रचार असे आरोप वाईल्डवर होते. तेव्हा व नंतर इंग्लंडमध्ये या विषयासंबंधात मोठे वादळ उठले होते. जॉर्ज बर्नार्ड शॉसकट अनेक लेखकांनी लैंगिक स्वातंत्र्याचा उघड पुरस्कार केला, पण तरीही सामाजिक स्तरावर आणि कायदेमंडळांमध्ये सनातनी विचारांचाच प्रभाव होता. त्यामुळे १९२८ मध्ये 'लेडी चॅटर्लीज् लव्हर' ही डी.एच. लॉरेन्स यांची कादंबरी प्रसिद्ध झाली तेव्हा तसेच वादळ

इंग्लंडमध्ये उठले. खरे तर ती प्रथम इटली मग फ्रान्स आणि नंतर इंग्लंडमध्ये प्रसिद्ध झाली. परंतु वादळ इटलीत १९२८ मध्ये प्रकाशित झाल्यावर युरोपातच सुरू झाले. तसे पाहिले तर, त्या कादंबरीत बीभत्स म्हणावे असे काही नव्हते. विवाहबाह्य संबंध आणि तेही एका 'खालच्या' वर्गातील कामगाराबरोबर एका प्रतिष्ठित-उच्चभ्रू, वर्गातील विवाहित महिलेने ठेवले, त्यासंबंधातील कथानक त्यात होते. कादंबरीत वापरलेले शब्द आणि लैंगिकतेची व वासनेसंबंधातील बिनधास्त चर्चा हा आरोप लॉरेन्स यांच्यावर होता. पुढे हा खटला अगदी १९५९-६० मध्येही नव्याने सुरू झाला होता. म्हणजेच अगदी उदारमतवादी इंग्लंडमध्येही साठीच्या दशकापर्यंत वातावरण असे प्रतिगामी-सनातनी होते. अमेरिका-रशियन नॅबॅकोव्ह लेखकाच्या 'लोलीता' या कादंबरीवरून उठलेले वादळ ('लोलीता'वर पुढे प्रसिद्ध हॉलीवूड चित्रपटही निघाला.) तर अजूनही घोंघावते - भारतात तर या वादळाला आता प्रवेशच मिळणार नाही, इतक्या वेगाने आपल्या समाजाचे 'सनातनीकरण' झाले आहे.

आजच्या आपल्या समाजात अलीकडे पुन्हा, मोठ्या प्रमाणावर दैनंदिन जीवनांतील परंपरेच्या नावावर रूढी विलक्षण वेगाने पसरत आहेत. आजकाल कुणी 'आपण नास्तिक आहोत' असे ठामपणे सांगणारे भेटत नाहीत. तरुण मुलांमध्ये कुंडली बघण्याचे प्रमाण वाढले आहे. होम-सप्तपदीचा आग्रह पालकांपेक्षा तरुण मुली-मुले धरत आहेत. टेलिव्हिजनवरल्या मालिका अगदी साग्रसंगीतपणे या सर्व परंपरा दाखवून त्यांचे (कधीकधी) शास्त्रीय स्पष्टीकरणही देत आहेत. एक विलक्षण अंतर्विरोधही आपल्या समाजात दिसतो. एका बाजूला मुली आणि मुले दोघेही बऱ्याच अंशी लैंगिक स्वातंत्र्य घेताना दिसतात. विवाहपूर्व संबंध आता या तरुणाईला तितके निषिद्ध वाटत नाहीत. विवाहबाह्य संबंधांनाही मान्यता नसली तरी प्रमाण बरेच वाढल्याचे मानले जाते. जे काही 'सेक्शुअल रिलेशन्स'बद्दलचे सर्व्हे नियतकालिकांमधून प्रसिद्ध होतात - मुख्यत: इंग्रजी साप्ताहिकांमधून - ते पाहता तर असे वाटावे की, आपला समाज आता बऱ्याच प्रमाणात 'परमीसिव' ऊर्फ उदार वा स्वैर होतो आहे. डॉ. महिन्दर वात्सा यांचा लैंगिकविषयक सल्ला रोजच्या रोज प्रसिद्ध होतो. त्यांना दर आठवड्याला शेकड्यांनी प्रश्न येत असतात. स्त्री, पुरुष, तरुण आणि मध्यमवयीन, वयाने वृद्धत्वाकडे झुकलेले, विवाहित आणि अविवाहित स्त्रिया, असे सर्व स्तरातले आणि थरातले लोक खुलेपणाने

त्यांच्या लैंगिक समस्या, भीती, शंका डॉ. वात्सांना विचारतात. हा मोकळेपणा लक्षणीय आहे.

या वातावरणात (म्हणजे दोन्ही प्रकारच्या - सनातनी आणि बिनधास्त) खरे म्हणजे र. धों. कर्वे यांचे साहित्य घरोघर जायला हवे. फक्त तरुणांमध्येच नव्हे तर पालकांकडे, शिक्षकांकडे, नगरसेवकांकडे, आमदार-खासदारांकडे र. धों. कर्वे यांचे विचारग्रंथ असायला हवेत - म्हणजे त्यांनी वाचायला हवेत. त्यांच्या डोक्यातील वैचारिक जळमटे दूर होण्यासाठी 'रधों' हे एकमेव साधन आहे.

अजित दळवींनी 'रधों'च्या विचारांचे आणि व्यक्तिमत्त्वाचे विविध पैलू विलक्षण ताकदीने 'समाजस्वास्थ्य' या दोन अंकी नाटकात सादर केले आहेत. कर्वेंचे अतिशय धाडसी जीवन आणि त्याहूनही क्रांतीकारक विचार अतुल पेठे अतिशय प्रभावीपणे रंगमंचावर आणतात.

तसे पाहिले तर या नाटकातील प्रसंगमालिका जवळ जवळ नव्वद वर्षांपूर्वींची आहे. पण नाटकातील प्रत्येक प्रवेश, संवाद, वाद-प्रतिवाद आजही जणू आजच्या परिस्थितीत अगदी पूर्ण सयुक्तिक वाटावे असे आहेत. 'रधों'च्या प्रचंड आणि विविध विखुरलेल्या साहित्य-विचारातून आणि प्रत्यक्ष जीवनातील गुंतागुंतींमधून थेट नाट्यमय प्रसंग संहितेमध्ये आणणे हे फक्त सर्जनशीलतेतून येत नाही. सर्जनशीलता हवीच पण, तिला व्यासंगाची, दृष्टिकोनाची आणि ऐतिहासिकतेची जोड नसेल तर असे प्रभावी नाटक उभे राहणार नाही.

'समाजस्वास्थ्य' नाटकात ज्या चपखलतेने डॉ. बाबासाहेब आंबेडकरांचे व्यक्तिमत्त्व सामोरे येते आणि त्यांचे संवाद प्रतिपक्षाला निरुत्तर करतात, ते पाहून नाटककाराकडे असलेली कल्पनाशक्ती आणि प्रसंगावधान यांतील नेमकेपण लक्षात येण्यासारखे आहे.

आज आपण अधिकाधिक मागासलेले आहोत की काय असे वाटावे अशी स्थिती आहे. ज्या पद्धतीने 'पद्मावत' चित्रपटावर हिंस्र हल्ल्याच्या धमक्या दिल्या जात आहेत, गोरक्षणाच्या मुद्यावरून मुख्यतः मुस्लिम व दलितांना ठार मारले जात आहे. 'लव्हजिहाद'च्या 'आरोपावरून' मुस्लिम तरुणाला जिवंत जाळले जात आहे आणि समाजात दहशत बसविण्यासाठी त्या घटनेची चित्रफीत पसरवली जात आहे, गौरी लंकेशसारख्या धडाडीच्या पत्रकार-

लेखिकेची तिच्या घराशी जाऊन हत्या केली जात आहे, नरेंद्र दाभोळकरांना रस्त्यात गाठून गोळ्या मारल्या जात आहेत आणि कॉम्रेड गोविंद पानसरे, प्रा. कलबुर्गींना ठार मारले जात आहे. ते पाहता महात्मा गांधींचा नव्हे तर नथुराम गोडसेंचा वारसा आपण चालवायचे ठरविलेले दिसते. 'रधों'ना गांधीजींचे सर्व विचार पटणे शक्य नव्हते हे खरे, पण नथुराम गोडसे हा अवघ्या प्रगत मानवी संस्कृतीचा शत्रू आहे हेच त्यांना वाटणे स्वाभाविक होते. खरे तर असेही म्हणता येईल की, 'रधों' हे पण सत्याग्रही होते. आपल्या विचारासाठी आणि समाजात विज्ञान-विवेकाचे अधिष्ठान असावे यासाठी ते सर्व ऐहिक सुखांना झुगारून द्यायला तयार होते.

विज्ञान आणि तत्त्वज्ञान, जीवनराहणी आणि दैनंदिन व्यवहार-कर्तव्याबाबतची दक्षता, तरीही आपल्या वैचारिक भूमिकेसाठी जवळची नाती, मित्रमंडळी यांनाही दूर करण्याची तयारी, कठोर आवरणाखाली असलेली सहृदयता, सहचारिणीबद्दलची प्रेमभावना आणि आदर हे सर्व 'रधों'च्या व्यक्तिमत्त्वाचे गुणविशेष! परंतु हे प्रगल्भ चारित्र्य नाट्यरूपात तयार करणे हे अतिशय कठीण (जिकीरीचेही!) आहे. अजित-अतुल (अजय-अतुलच्या चालीवर नव्हे!) यांनी ते तितक्याच वैचारिक एकत्त्वाने साधले आहे.

या नाटकाची संहिता आणि सादरीकरण यांचे मुख्य वैशिष्ट्य हे आहे की, १९३० ते १९५९ हा काळ, तत्कालीन सामाजिक परिसर, राजकीय परिस्थिती, त्या वेळची सामाजिक मानसिकता, कायद्याचे स्वरूप, तथाकथित बुद्धीजीवी (सवर्ण!) वर्गाची विचारधारा हे सर्व दोन अंकांत बसवण्याचे कसब अजितने दाखवले आहे. त्यासाठी केलेली न्यायालयाची नेपथ्यरचना आणि तेथील तपासणी-उलटतपासणीच्या द्वारे कथानकाची वाढत जाणारी उंची हे केवळ व्यासंगाचे नाही तर सर्जनशीलतेचे द्योतक आहे.

सर्वसाधारणपणे अशा सामाजिक (परिवर्तनवादी) नाटकाचे रूप प्रचारी, रुक्ष (कधी कधी कंटाळवाणेसुद्धा) होते. नाटककाराचा हेतू चांगला असला, विषय व आशय चांगला असला तरी तो सादर करताना त्यातील कलात्मकता, आकर्षकता आणि नाट्य हरवून जाण्याची शक्यता असते. अजित-अतुल यांनी त्या नाट्य-समस्येवर सहज मात केली आहे. काही आवश्यक अपवाद वगळता कुठेही लंबीचवडी प्रबोधनपर भाषणे नाहीत वा उपदेशात्मक आवाहन नाही. जे प्रबोधन व समुपदेशन होते ते त्या न्यायालयीन प्रश्नोत्तरांमधून.

'रधों'च्या विचारातील व या नाटकातील काही विचार आजही प्रक्षोभक वाटावे आणि सनातनी व प्रतिगाम्यांनी गंभीर आक्षेप घ्यावेत असे आहेत. जर 'घाशीराम कोतवाल' नाटककावर व 'पद्मावत' चित्रपटावर बंदी घालण्याची मागणी होऊ शकते तर या नाटकावरही खटले होऊ शकतात! बा. सी. मर्ढेकरांच्या काही कवितांवर अश्लीलतेचा आरोप होऊन त्यांच्यावर खटला भरला गेला होताच. परंतु या नाटकातच तो खटला चालतो – त्यामुळे खऱ्या न्यायालयासमोर या नाटकासंबंधात खटला उभा राहिला तर न्यायाधीश मंडळीच पेचात सापडतील!

गंमत म्हणजे सनातनी हिंदुत्ववादी असोत वा कट्टरपंथी मुस्लिम, सनातनी ख्रिश्चन असोत वा अगदी कट्टर आंबेडकरवादी, गांधीवादी असोत वा मार्क्सवादी – सर्वांना निदान काही प्रमाणात विचारस्वातंत्र्याचे, विशेषत: स्त्री-पुरुष संबंधातील नैतिकतेच्या मुद्यांचे, वावडे असते. भीतीही असते. समाज स्वैराचारी न होऊ देण्याची जबाबदारी सर्वस्वी आपल्यावर आहे असा आविर्भाव या सर्व मंडळींचा असतो.

जरी युरोपात व अमेरिकेत आज याबाबत अधिक खुले वातावरण असले तरी तेथेही अगदी अलीकडेपर्यंत कठोर निर्बंध होतेच. समलिंगी संबंध वा विवाह, कुमारी मातांचा 'नैतिकते'चा प्रश्न आणि त्यांच्या संततीची कायद्याने निश्चित करायची बाब आजही चर्चेत आहेत. गेल्या काही वर्षांत समलिंगी विवाहांना कायद्याने आणि चर्चेनेही मान्यता दिलेली आहे. भारतातही हा मुद्दा रस्त्यावर उतरावे लागण्यापर्यंत गेला आहे.

म्हणजेच एका बाजूला विज्ञान-तंत्रज्ञानाचा प्रसार व विस्तार होत असताना, संततीनियमनाच्या शास्त्रीय साधनांची खुली उपलब्धता व वापर होत असतानाही प्रत्यक्षात धर्म, रूढी, परंपरा, अंधश्रद्धा, शहाजोग नैतिकता आणि सनातनी प्रवृत्ती आपल्या जीवनावर – जगण्यावर जाचक बंधने टाकत आहेत.

लोकशाही म्हणजे फक्त निवडणुका नव्हेत. लोकशाही म्हणजे फक्त विधिमंडळांना कायदे करण्याची मुभा असणे नव्हे. लोकशाही म्हणजे बहुसंख्यांकांची अल्पसंख्यांकांवर दादागिरी नव्हे – तसेच अल्पसंख्यांकांचे 'नैतिक' दबावतंत्रही नव्हे. एका बाजूने त्रिवार तलाकच्या विरोधात डंका पिटायचा आणि दुसऱ्या बाजूला लाखो हिंदू परित्यक्तांना शब्दश: वाऱ्यावर

सोडून द्यायचे. वेश्यांना बहिष्कृत जीवन जगायला लागावे आणि सामाजिक-आर्थिक स्थितीमुळे निर्माण झालेल्या वेश्याव्यवसायाला समाजाने डोळे झाकून 'मान्यता' द्यावी असा सार्वत्रिक शहाजोगपणा आपल्या समाजात चालू असतो. या शहाजोगपणाविरुद्धचे बंड म्हणजे 'रधों'चे विचार. त्या बंडाचे निशाण हाती घेणाऱ्या या नाटकाचा जितका अधिक प्रसार होईल तितकी आपली सांस्कृतिक लोकशाही सुदृढ होईल.

दि. ५ जाने. २०१८
मुंबई

दिग्दर्शकाची भूमिका

अतुल पेठे

‘समाजस्वास्थ्य’ हे नाटक सादर करणे हीच खरे तर माझी भूमिका आहे. हे नाटक वाचताक्षणीच कोणालाही ती भूमिका काय होती हे सहज उलगडेल याविषयी मला खात्री आहे. नाटकाची निवड आणि त्याचे सादरीकरण हे मी केलेले दिग्दर्शकीय विधानच आहे. नाटककाराचा अथवा नाटकाचा दृष्टिकोन हा मला माझा वाटतो म्हणूनच विशिष्ट नाटक मी करत असतो.

नाटक सादर करताना गंमत येते, पण नाटक करताना मात्र मी ते फक्त गंमत म्हणून करत नाही. याचा अर्थ असा की गंभीरपणे विचारपूर्वक केलेली ती कृती असते. महिनोन्‌महिने तालमी चालतात. चर्चा होतात. वाचने होतात. भांडणेही होतात. मग या चाळणी-गाळणी-घुसळणीतून नाटकाचा प्रयोग होतो. अर्थात, तिथेही माझे नाटक थांबत नाही. कारण प्रेक्षकांच्या साथीने नाटकाचा आवाका लक्षात यायला किमान दहा प्रयोग जावे लागतात. जे विषय नाटकात हाताळलेले असतात त्यावर मग खुल्या अवकाशात चर्चा होते. त्यातून नवेच मुद्‌दे समोर येतात. त्यातून पुनर्विचार होतो आणि एका चौकटीत आवश्यक बदलही मी नाटकात करतो. हे परतपरत खोदणे, स्वतःला तपासणे आणि शोध घेणे ज्या दिवशी संपते त्या दिवशी मी आनंदाने त्या नाटकाचा शेवटचा प्रयोग करतो. ‘समाजस्वास्थ्य’ हे नाटकही माझ्या आजवरच्या प्रक्रियेला अपवाद नाही.

माझी नाटकाची निवड ही विषय, त्या विषयाची आजच्या काळातील सुसंगतता, त्यातील उघड वा लपलेले राजकारण याभोवती जास्त असते. तो

विषय माझ्या आजच्या जगण्याशी काही नाते जोडणारा मला हवा असतो. त्यातून माझे 'कन्हिक्शन' अर्थात 'ठाम अविचल विश्वास' तयार होतो. आपण हे नाटक का करतो आहोत आणि आपणच का करतो आहोत या विचारात मी सतत गुंतलेला असतो. त्या त्या नाटकाच्या विषयाचे अंतःस्तर पाहत जाताना मी दंग होतो. खूप खूप मजा येते. ही मजा बौद्धिक पातळीवरची असते. नाटकातील आशयाच्या गाभ्याला स्पर्श करताना तो अभिव्यक्त करण्याचे चित्रही डोळ्यापुढे तरळू लागते. आपले प्रत्येक नाटक शैलीतून वेगळे असावे असा माझा सजग प्रयत्न असतो. आपले नाटक आशय आणि दृश्यात्मक पातळीवर हातात हात घालून जाणारे असावे या करता मी दक्ष असतो. आशय सतत उलटसुलट करून पाहताना ते अभिव्यक्त होण्याच्या अनेक शक्यता मी माझ्या परीने धुंडाळतो. नाटकाचे अनेक 'ड्राफ्टस्' केले जातात. नाटक बोलून पाहताना भाषा कसोशीने ऐकली जाते. स्वर, व्यंजने, विराम आणि बोलण्यातली सहजता आत्मसात करायचा आग्रह असतो. आपण जे वाचतो ते शब्दवाचन नसून अर्थवाचन कसे असेल यावर भर असतो. भूमिका समजावून घेताना तो तो काळ आणि विचार वाचून-पाहून अथवा समजावून घेतला जातो. याकरता व्याख्याने, चर्चा आणि शिबिरे घेतली जातात.

नाटक जेव्हा उभे राहू लागते तेव्हा पुन्हा निराळेच होऊ लागते. वाचनाच्या पुढची ही पायरी असते. दोन व्यक्तींमधले नातेसंबंध आणि त्या व्यक्तींमधील शारिरीक अंतर हा माझ्या दृष्टीने महत्त्वाचा भाग असतो. 'फक्त सुंदर दिसणे' यापलीकडे दृश्यही 'आशयपूर्ण' व्हावे असा दृष्टिकोन असतो. यात प्रत्येक टप्प्यावर अभिनेते आणि तंत्रज्ञही भर घालतात. यात भर म्हणून मी काही तालमींना मी सर्जनशील अभ्यासू लोकं बोलावतो. नाटकाची परत चिरफाड होते. परत नाटकाच्या गाभ्याकडे पाहिले जाते. सुयोग्य बदल होतात. शेवटी प्रयोग होतो वगैरे. खूप खूप मजेचा हा काळ असतो. हे नाटकही या घुसळणीला अपवाद नव्हते.

या नाटकाचा विषय आणि सहज मिळून गेलेले हे नाटक करण्यामागे अर्थातच आजचा काळ कारणीभूत आहे. विचार, विहार आणि आहार स्वातंत्र्याचा संकोच होत असताना अभिव्यक्ती स्वातंत्र्यावर हल्ले होत आहेत. धार्मिकता आणि धर्मांधता परत जोराने डोके वर काढते आहे. पुरोगामी असणे हा गुन्हा तर प्रश्न विचारणे देशद्रोह झाला आहे! शास्त्रीय, विवेकी,

बुद्धिप्रामाण्यविचारांचे वावडे असण्याने सद्य काळ घेरला आहे. सनातन आणि जीर्णवादी विचार यांनी थैमान घातले आहे. सरकार आणि समाजातील विविध अनाकलनीय घटकांकडून 'सेन्सॉरशिप' किंवा 'मुस्कटदाबी' होते आहे. त्यातून उद्भवणारे राजकारण भीषण आहे. आजच्या संवेदनशील लेखक, विचारवंत आणि कलाकार यांना आपण सतत न्यायालयातील पिंजऱ्यात उभे आहोत असे वाटते आहे. सतत कोणालाही उत्तरे द्यायला भाग पाडले जात आहे. तर अशा पार्श्वभूमीवर र.धों. कर्वे कोणालाही आठवणारच. तसे ते अजित दळवींना आठवले आणि मला साकारावेसे वाटले यात नवल नाही. थोडक्यात सर्व पातळ्यांवरचे 'स्वास्थ्य' बिघडलेले असताना 'समाजस्वास्थ्य' करण्यावाचून पर्याय नव्हता.

मी नाटक या कलामाध्यमाद्वारे माझे विचार व्यक्त करतो. कोणत्याही चांगल्या कलेत विचार आणि माध्यम एकजीवच झालेले असते. त्यामुळे कोणतीही कला ही व्यापक समाजजीवनाचा आणि त्यातील राजकारणाचाही भाग बनते. कलाकाराने अर्थ लावले नाहीत तरी पाहणारे लोक तो अर्थ शोधतातच. अशावेळी 'मला नाही बुवा राजकारण मांडायचे' या पेक्षा 'होय, मला हेच राजकारण अभिप्रेत आहे' अशी माझी स्पष्ट भूमिका नाटक करताना असते. मात्र अशा प्रकारचे नाटक करताना कायमच धोका असतो. नाटक विचारशील तर हवे, पण प्रचारकी नको हे माझ्या समोरचे आव्हान असते. अर्थात उत्तमरित्या केलेल्या प्रचारालाही माझा विरोध नाही. गरजेनुसार मी तो 'रिंगणनाट्य'द्वारे केलेले देखील आहेत. पण 'समाजस्वास्थ्य' हे नाटक मला विचारगर्भ कलात्मक करायचे होते. तसा प्रामाणिक प्रयत्न आम्ही साऱ्यांनी केला. साधारण ८५ वर्षांपूर्वीचा म्हणजे १९३० चा काळ उभा करायचा होता. नाटकाचे स्थळ - १३, न्यू भटवाडी, गिरगांव, मुंबई ४ असे होते. आम्ही हा काळ नेपथ्य, संगीत, ध्वनी, रंगभूषा, वेशभूषा आणि प्रकाशयोजनेतून साकारायचा प्रयत्न केला.

सुरुवातीला र.धों.च्या घराच्या वास्तववादी नेपथ्याकडून आम्ही नाटकाच्या शेवटाकडे जाताना पिंजऱ्याच्या प्रतिकात्मक नेपथ्याकडे गेलो. नाटक एका विशिष्ट काळातील आहे याची जाण सुरुवातीला प्रेक्षकांना देणे आम्ही गरजेचे मानले. नाटकातील संवाद ऐकताना जणू आजच्याच काळातील हे प्रश्न आहेत असे वाटत राहते. मात्र आजही घडणाऱ्या घटना ८५ वर्षांपूर्वीही

घडून गेल्या आहेत हे पाहून प्रेक्षक अचंबित झालेले आहेत. आम्हाला नेमके तेच करायचे होते. हे नाटक आणि त्याची रचना एक 'रूपक' म्हणूनच आम्हाला मांडायचे होते. असे रूपक पाहताना प्रेक्षक कायम नाटकाबरोबर त्याचे आतले दडलेले अर्थ शोधत जातात. ते आम्हाला अभिप्रेत होते. तिसऱ्या खटल्यात जणू प्रेक्षकांनाच न्यायाधीश केलेले होते. नाटकातील चौथा खटला आणि त्यातील रिकामा पिंजरा हे त्या रूपकाचे आशयदृश्यरूप होते.

तर असे हे नाटक माझ्या आयुष्याच्या आणि काळाच्या एका महत्त्वाच्या टप्प्यावर आले. महाराष्ट्राची प्रबोधन परंपरा परत एकदा अभ्यासायची संधी मिळाली. पहिल्या पंचवीस प्रयोगानंतर मी स्वतः र.धों.चे कामही केले. या नाटकाचे महाराष्ट्रभर तर प्रयोग सुरूच आहेत. पण कर्नाटक, केरळ, गुजराथ राज्यातही राष्ट्रीय आणि आंतरराष्ट्रीय नाट्य महोत्सवातही ते गौरविले गेले. अभिव्यक्तिस्वातंत्र्य या विषयावरील चर्चा परत घडविणारे झाले. नाटकानंतर अक्षरशः शेकडो लोकांनी मत मतांतरे लिहून व्यक्त केली. आमचा हेतू सुफलसंपूर्ण झाला.

हे नाटक मी आणि माझ्या बरोबर राहणाऱ्या कलाकारांनी अनेक अडचणी पार करून निष्ठेने केले. मी आणि लेखक अजित दळवींप्रमाणेच नटांचीही धारणा तीच होती, आवाज दाबणाऱ्यांविरुद्ध आवाज उठवण्याची!

दि. १ मार्च २०१८
पुणे

FCW - #0250 - 061026 - C0 - 216/140/5 - PB - 9788179919286 - Matt Lamination